தீட்சிதர் கதைகள்

(*DIKSHITHAR STORIES*)

நாடகப் பேராசிரியர்

பம்மல் சம்பந்த முதலியார்

Title: Dikshithar Kathaigal

Author: Pammal Sambandha Mudaliar

Language: Tamil

First Published on: 1958

Year of Publication: 2025

Book Format: Paperback

*Page Size: 6inch * 9inch*

Category: Fiction

Subject: Short Stories

No. of pages: 76

ISBN: 978-81-998117-3-7

Published by: Nilan Publishers, Madurai, Tamilnadu, India

பொருளடக்கம்

என் தந்தை தாயர்

ப. விஜயரங்க முதலியார்

ப. மாணிக்கவேலு அம்மாள்

ஞாபகார்த்தமாக இந்நூல் அச்சிடப்பட்டது.

தீட்சிதர் கதைகள்

முதற் கதை

[கும்பகோணத்தில் கௌரவம் வாய்ந்த தனவந்தர் குடும்பத்தைச் சேர்ந்த குப்புசாமி தீட்சிதர் என்ற ஒருவர் இருந்தார். அவர் சிறு வயது முதல் தன் புத்தியையெல்லாம் குறும்பு செய்வதிலேயே உபயோகித்து, அதில் மிகவும் நிபுணரானார். அவர் இறந்து சுமார் 50 வருடங்களுக்கு மேலாயிற்று. அவரது குறும்புகளை நீங்கள் கேட்டிருக்கமாட்டீர்கள். அவைகளுள் சிலவற்றை உங்களுக்குத் தெரிவிக்கிறேன். இனி இக்கதைகளிலெல்லாம் நம்மவரைத் தீட்சிதர் என்றே அழைப்போம்.]

நம்முடைய தீட்சிதர் அவர்கள் ஒரு முறை திருவிடைமருதூரில் ஓர் மிராசுதாருடைய வீட்டுக் கலியாணத்திற்குப் போயிருந்தார். அக்கலியாணத்திற்காக அம்மிராசுதார் ஒரு சிறந்த நாகசுர வாத்தியக்காரனை ஏற்பாடு செய்திருந்தார். அந்நாகசுரக்காரன் கொஞ்சம் கர்வி. கலியாணத்திற்கு வந்திருந்த சில பெரிய மனிதர்களை வணங்கினவன் நம்முடைய தீட்சிதர் அவர்களை வணங்காமல் வாசித்துக் கொண்டிருந்தான். இதை கவனித்த நமது தீட்சிதர் அவர்கள், 'ஆகட்டும் இவன் கர்வத்தையடக்க வேண்டு மென்று தருணம் பார்த்துக் கொண்டிருந்தார். சீக்கிரத்தில் தருணம் வாய்த்தது. நாக்சுரக்காரன் மிகவும் அற்புதமாய் கல்யாணி ராகம் வாசித்துக் கொஞ்சம் நிறுத்த, சபைக்கு வந்திருந்தவர்கள் எல்லோரும் 'சபாஷ் சபாஷ்,' என்று மெச்சினார்கள். நமது தீட்சிதர் மாத் திரம் சும்மா இருக்கவே, மிராசுதார், அவரைப்பார்த்து, "ஏன் தீட்சிதர்வாள்! சங்கீதம் எப்படியிருக்கிறது?" என வினவ "அற்புதம்! மகா அற்புதம்!"

என்று பதில் உரைத்துவிட்டு, தன் பக்கலில் நின்று விசிறிக்கொண்டிருந்த ஒரு வேலையாளிடம், "அடே! கடைத் தெரு விற்கு ஓடிப்போய் இந்த இருபது ரூபாய்க்கு ஒரு சரிகை அங்கவஸ்திரம் வாங்கிக் கொண்டு வா!" என்று கூறி, அவனிடம் இரண்டு பத்து ரூபாய் நோட்டுகளைக் கொடுத்தார். நாகசுரக்காரன் தனக்குத்தான் சன்மானம் செய்யப்போகிறாரென்று நம்பி சந்தோஷித்து, ஒரு பல்லவி எடுத்துக் கொண்டு சண்டமாருதமாய் வாசிக்க ஆரம்பித்தான். கொஞ்ச நேரத்திற்கெல்லாம் வேலைக்காரன் கடைத் தெருவிற்குப் போய் சரிகை அங்கவஸ்திரம் ஒன்று கொண்டு வந்து நமது தீட்சிதரிடம் கொடுக்க, நாகசுரக்காரன் பல்லவியைப் பன்முறை சுரம்பாடி முடிக்க அவனை நோக்கிச் சென்று அவன் பக்கத்தில் துத்தி வாசித்துக் கொண்டிருந்தவன் கழுத்தில் அந்த அங்கவஸ்திரத்தைப் பிரித்துப் போட்டார்!

சபையிலுள்ளவர்களெல்லாம் இதென்னவென்று ஆச்சரியப்பட்டனர், மிராசுதார் தீட்சிதரை, 'நாகசுரம் வாசித்தவனுக்கு மரியாதை செய்யாமல், துத்தி வாசித்தவனுக்கு ஏன் மரியாதை செய்தீர்கள் ? என்று, வினவ, நம் தீட்சிதர் "நாகசுரம் வாசிப்பது என்ன கஷ்டம்? நின்று நின்றுதானே வாசித்தான்! துத்தி வாசித்தவனைப் பாருங்கள்! அப்பொழுது முதல் ஒரே மூச்சாய் விடாது வாசித்துக் கொண்டிருக் கிறான்! இவனுக்குத் தான் அதிக சிரமம்!" என்று கூறச் சபையிலுள்ளவர்களெல்லாரும் 'கொல்'லென்று நகைத்தனர்! நாகசுரக்காரன், வெட்கத்தால் தலையை வணங்கிக் கொண்டான். மறுநாள் காலை அந்த நாகசுரக்காரன், நமது தீட்சிதர் வீட்டிற்கு வந்து அவரைச் சாஷ்டாங்கமாய் நமஸ்காரம் செய்து தான் செய்த பிழையை மன்னிக்கும்படி வேண்டிக் கொள்ள, அவர் அவனை மன்னித்து, அவனுக்கும் ஒரு விலையுயர்ந்த அங்கவஸ்திரம் வரவழைத்துச் சன்மானம் செய்தனுப்பினார்.

இரண்டாவது கதை

ஒருமுறை நம்முடைய தீட்சிதர் அவர்கள் கும்பகோணத்திலிருந்து தஞ்சாவூருக்கு ரெயில் மார்க்கமாய் அவசரமாய்ப் போக வேண்டி வந்தது. அப்பொழுது கலியாண காலமாகையால், இரண்டாவது வகுப்பில் ஜனநெருக்கம் அதிகமாயிருந்தது. ஆகவே, தான் இரண்டாவது வகுப்பு டிக்கட்டு வாங்கினபோதிலும், மூன்றாவது வகுப்பில் தட்டித் தடுமாறி ஏறிக்கொண்டு, மூலையில் ஓர் இடுக்கில் தான் இடங்கிடைக்க அங்கு போய் உட்கார்ந்துகொண்டார். அந்த வண்டி நிரம்ப ஜனங்கள் உட்கார்ந்திருந்தனர். தீட்சிதர் அவர்கள் உட்கார்ந்திருந்த இடத்திற்கு எதிர்ப்புற மூலையில் பத்து பன்னிரண்டு வயதுடைய ஒரு சிறுவன் உட்கார்ந்திருந்தான். ரெயில் வண்டியானது மிகவும் செழிப்பாயுள்ள சில வயல்களைக் கடந்து போகும்போது, அச்சிறுவன்,"ஆஹா! இந்த மாதிரி நிலத்தில் ஒரு ஏக்கர் நிலம் யாராவது எனக்குக் கொடுத்தால்!' என்று உரக்கச் சொல்லி, அந்நிலங்களை வியந்து கொண் டிருந்தான். அந்தப் பிள்ளை யாண்டான் நமது தீட்சிதருக்குக் கொஞ்சம் அறிமுகமானவன். அவன் இவ்வாறு சொன்னதைக் கேட்டதும், தீட்சிதர் அவர்கள் தானிருந்த மூலையை விட்டு விட்டு, நடுவில் இருந்த ஜனங்களை யெல்லாம் தள்ளிக்கொண்டுபோய் அப் பையனது வலது கன்னத்தில் ஒரு அறை அறைந்து விட்டு, ஒன்றும் பேசாமல் மறுபடியும் தானிருந்த விடத்திற்கு வந்து உட்கார்ந்து கொண்டார். வண்டியிலிருந்த ஜனங்களெல்லாம் ஆண் பெண் உட்படத் திகைத்தனர். அப்பையனும் தன்னை அடித்ததற்குக் காரணம் அறியாதவனாய் விழித்தனன். பத்து வினாடி வண்டியில் நிசப்தமாயிருந்தது. பிறகு வண்டியிலிருந்த, தீட்சிதருக்குப் பரிசயமான ஒருவர், கொஞ்சம் மனதைத் தைரியம் செய்து கொண்டு, "தீட்சிதரவாள்! என்னை மன்னிக்கவேண்டும். அந்தப் பையனை ஏன் அடித்தீர்கள் என்று நான் தங்களைக் கேட்கலாமோ?" என்று வினவினார்.

நமது தீட்சிதர். அதிக கோபங்கொண்டவர் போல் "பாருங்கள் சார்! இந்தப் பயலை எனக்குப் பிறந்தது முதல் தெரியும்! எப்பொழுது பார்த்தாலும் அற்ப புத்தியா! இவ்வயதிலேயே இவ்வளவு அற்ப புத்தியுடையவனா பிருக்கிறவன், பெரியவ னானால் எப்படி இருப்பான்? எப்பொழுதும் பெருந்தன்மை வாய்ந் தவனாயிருக்கவேண்டாமா இவ்வுலகத்தில்? பாருங்கள், இந்தப் பயல், ஒரு ஏகரா நிலம் கேட்டானே, யாராவது சிறிதளவு நிலமாவது கொடுக்கப்போகிறார்களா இவனுக்கு? அதொன்றுமில்லை. அப்படியிருக்க, பத்து வேலி வேண்டும் என்று கேட்கிறதுதானே! இதிலும் கூடவா அற்பத்தனம்!என் சிநேகிதர் ஒருவர் கும்ப கோணத்திலிருக்கிறார்; எளியவர் பாபம்; அவர் தினம் பூஜை செய்யும்போது மானச பூஜைதான்; அந்த மானச பூஜையில் ஸ்வாமிக்கு நிவேதனம் செய்வது பயத்தம் பருப்பு! ஏன்? மானச பூஜை தானே! தட்டுத்தட்டாக, சோமாசி, ஜிலேபி, பாதம் ஹல்வா, போளி, அதிரசம் என்று மனஸுக்குத் தோன்றியதையெல்லாம், நிவேதனம் செய்கிறது தானே! ஒரு காசு செலவா என்ன? மானச் பூஜையிலும் பயத்தம் பருப்பு நிவேதனமா? அப்படிப்பட்ட லோபித் தனம் என்ன? அந்தமாதிரி இந்தப்பயலுக்கு, அற்பமனது இருக்கக் கூடாது என்று தெரிவிப்பதற்காகவே இவனை அறைந்தேன் என்று பதில் உரைத்தார். வண்டியிலிருந்தவர்களெல்லாம் வயிறு குலுங்கச் சிரித்தனர்! அடிபட்ட பையனும் அடியை மறந்து மற்றவர்களுடன் கலந்துகொண்டு சிரித்தான். நமது தீட்சிதர் அடித்ததற்குப் பரிதாபமாக, அடுத்த ஸ்டேஷனில், ஐந்து பலம் முந்திரிப் பருப்பு வாங்கிப் பையனிடம் கொடுத்து, "தின்னுடா பையா!இனி மேல் ஜாக்கிரதையாயிரு!எப்பொழுதும் பெரிய மனதுடையவனாரு ; கேட்பதிலும் தாராளமாய்க் கேள்!" என்று தட்டிக்கொடுத்தார்.

மூன்றாவது கதை

ஒரு முறை நமது தீட்சிதர் ரெயில் பிரயாணம் போகும் பொழுது கும்பகோணம் ஸ்டேஷனிலிருந்து முதல் வகுப்பில் போகவேண்டி வந்தது. ரெயில்வண்டி ஸ்டேஷனில் வந்து நின்றவுடன் இவருடைய ஆள் இவரது பெட்டிகள் சாமான்கள் முதலியவற்றை முதல் வகுப்பில் வைத்தான். அந்த ஊர் கலெக்டர் மிஸ்டர் பார்டி என்பவரும் அதே ரெயிலில் போக வேண்டி வந்ததால், அவருடைய டபேதார் அவருடைய சாமான்களை யெல்லாம் கொண்டு வந்து முதல் வகுப்பு வண்டியில் ஏற்றினான். அப்பொழுது தீட்சிதர் சாமான்கள் அங்கு இருப்பதைக்கண்டு, தான் கலெக்டர் டபேதார் என்னும் ஹோதாவினால், தீட்சிதர் சாமான்களையெல்லாம் ஸ்டேஷன் பிளாட்பாரம் பக்கம் எடுத்துப் போட்டுவிட்டு, கலெக்டர் சாமான்களை யெல்லாம் கம்பார்ட்மெண்டில் அடுக்கிக் கொண்டிருந்தான். இதைக் கண்ட தீட்சிதருடைய ஆள், தீட்சிதரிடம் போய் முறையிட, தீட்சிதர் வந்து பார்த்து தன் ஆளிடம் கலெக் டர் சாமான்களையெல்லாம், அக்கம்பார்ட்மெண்டிலிருந்து பிளாட் பாரத்திற்கு எதிர்புறமுள்ள ரெயில் பாதையில் போடும்படி உத்திரவு செய்தார்; அவனும் அப்படியே செய்ய கலெக்டர் டபேதார், தீட்சிதர் ஆளாகிய மகம்மதிய ஜவானை எதிர்க்க அஞ்சினவனாய், கலெக்டரிடம் போய் முறையிட்டான். கலெக்டர் வந்து பார்த்து கோபத்துடன் தீட்சிதரை "ஏன் என் சாமான்களை இப்படி எறிந்தாய்?" என்று கேட்க, தீட்சிதர் சாந்தமாய், "உங்கள் ஆள் என் சாமான்களை ஏன் வெளியில் எறிந்தான் என்று முன்பு கேளுங்கள்" என்று கூறினார். அதன் பேரில் நற்குணம் வாய்ந்த அந்த கலெக்டர், முதல் தப்பு தன் டபேதாருடையது என்பதை அறிந்தவராய் அவனைக் கண்டித்துவிட்டு, தன் சாமான்களை எல்லாம் போர்ட்டர்களைக் கொண்டுவரச் சொல்லி கம்பார்ட்மெண்டில் ஏற்றிக்கொண் டார். இதற்குள் நமது

தீட்சிதர் தன் சாமான்களைச் பிளாட்பாரத்திலிருந்து சுலபமாக ஏற்றிக்கொண்டார்.

ரெயில் ஸ்டேஷனிலிருந்து புறப்பட்டவுடன், கலெக்டர் சுருட்டுப் பிடிக்க ஆரம்பித்தார்; சுருட்டுப் பிடிக்கும்பொழுது அடிக்கடி எச்சிலை அவர் துப்பவேண்டி வந்தது. கம்பார்ட்மெண்டில் அந்த எச்சிலை அவர் துப்ப, இரண்டு மூன்று முறை இதைப் பொறுத்துக் கொண்டிருந்த நமது தீட்சிதர், "இப்படியேன் ஆபாசம் செய்கிறீர்கள்." என்று ஆட்சேபிக்க, கலெக்டர், "இது எங்கள் பழக்கம்!" என்று பதில் உரைத்தார். சரிதான் என்று பொறுத்துக்கொண்டிருந்து, அடுத்த ஸ்டேஷனில் ரெயில் நின்றவுடன், நாலணாவுக்கு, வெற்றிலை புகையிலை முதலியவற்றை பிளாட்பாரத்தில் விற்பவனிடமிருந்து வாங்கிக்கொண்டு, ரெயில் புறப்பட்டவுடன், அவற்றை வாயில் போட்டு மென்று மென்று கம்பார்ட் மெண்டில் துப்ப ஆரம்பித்தார்; இதைக் கண்டவுடன் கலெக்டர் கோபங்கொண்டவராய், "இப்படி ஏன் ஆபாசம் செய்கிறீர்?" என்று கேட்க, நமது தீட்சிதர், "இது எங்கள் வழக்கம்!" என்று பதில் உரைத்தார். அதன் மீது கலெக்டர் "நீர் யார்?" என்று தீட்சிதரைக் கேட்க, தீட்சிதர் 'நீர் யார்' என்று தானும் அவரைக் கேட்டார். அதன் பேரில் கலெக்டர் "நான் பார்டி என்று" பதில் உரைக்க தீட்சிதர், 'நான் பிப்டி!' என்று அதற்கு விடை கொடுத்தார். (நான் 'பார்டி' என்றால், எனக்கு நாற்பது வயது என்றும் 'நான் பிப்டி என்றால் எனக்கு ஐம்பது வயது என்றும் அர்த்தம் கொடுக்கிறதைக் கவனிக்கவும்.)

கலெக்டர் இப்பதிலைப் பொறுக்காதவராய் "உஸ்! என்றார். உடனே நமது தீட்சிதர் 'டப்!' என்று கூறினார். இதைக் கேட்ட கலெக்டர் இதற்கு அர்த்தம் தெரியாதவராய், "என்ன டப்! என்கிறீர்?" என்று கேட்க, தீட்சிதர் "வேறொன்றுமில்லை. நீர் உஸ்! என்று ஆராச பாணத்தை ஆரம்பித்தீர்; நான் டப்! என்று அதை முடித்தேன். என்று விடை பகர்ந்தார்; (ஆகாசபாணமானது புஸ், என்று ஆகாயத்திற்போய் டப்! என்று முடிவதைக் கவனிக்க). இதைக்கேட்ட தும் கலெக்டர்

தீட்சிதரின் புத்தி சாதுர்யத்தை மெச்சி குலுங்க நகைத்தவராய் அவருடன் சிநேகமாகி, தான் இறங்க வேண்டிய ஸ்டேஷன் வரையில் அவருடன் வேடிக்கையாய்ப் பேசிக்கொண் டிருந்து விட்டு, தன் ஸ்டேஷனாகிய தஞ்சாவூருக்கு எப்பொழுது வந்தாலும் தன்னை வந்து தாராளமாய்க் காணும்படி கேட்டுக் கொண்டு போனார்.

நான்காவது கதை

கும்பகோணத்தில் ஓர் அக்கிரஹாரத்தில் வசித்துக்கொண்டிருந்த எண்பது வயதுக்கு மேற்பட்ட ஓர் வயோதிகப் பிராம்மணர் இறந்து போனார். சுமார் எழுபது வயதுக்கு மேற்பட்ட அவரது மனைவியாகிய விதவை, தசாஹஸ் கழிந்து ஒரு வருஷமாகியும் தினம் காலை நான்கு ஐந்து மணிக்கெல்லாம் எழுந்திருந்து வீதி வாசலண்டை உட்கார்ந்து ஒப்பாரி பாடி அழுது கொண்டிருந்தார்கள். எத்தனை மாதம் வீதியிலுள்ளவர்கள் பொறுத்துக் கொண்டிருப்பார்கள்? இந்த அம்மாளிடம் எத்தனையோ பேர்கள் சொல்லி யும் அந்த அம்மாள் காலையில் எழுந்தவுடன் உரக்க அழும் வழக்கத்தை விட வில்லை. அதன் பேரில் சிலர் நமது தீட்சிதர் தான் இதற்குச் சரியான யுக்தி சொல்வார் என்று அவரிடம் போய், எங்கள் வீதியில் இந்த அம்மாள் தினம் ரோதனை பண்ணுகிறார்கள். நாங்கள் எவ்வளவு சமாதானம் சொல்லியும் கேட்கவில்லை; ஒரு வாரம் பத்து நாள் ஒரு மாசம் பொறுக்கலாம். ஒரு வருஷத்திற்கு மேலாகிறது. துக்கம் என்பது எவ்வளவுதான் இக்கிழவிக்கு இருந்தபோதிலும் இதை வெளியில் இப்படிக் காட்டுவானேன்?

அயலார் மெச்சிக்கொள்வதற்காக இப்படிச் செய்கிறதுபோல் எங்களுக்குத் தோற்றுகிறது. காலையில் எழுந்திருக்கும் போதெல்லாம், எத்தனை நாள் இந்த அழுகுரலை நாங்கள் கேட்பது? இதை எப்படி யாவது நீங்கள் தான் தடுக்க வேண்டும்" என்று தெரிவிக்க, நமது தீட்சிதர் அவர்கள், "சரிதான் நீங்கள் போங்கள். நாளை நான் பார்த்துக் கொள்ளுகிறேன்" என்று அவர்களுக்குச் சொல்லியனுப்பி விட்டு, அன்று தன் தலையை மழுங்க க்ஷவரம் செய்து கொண்டு, மறுநாட்காலை நான்கு மணிக்கு முன்னதாகவே, விதவையைப் போல் தானும் ஒரு புடவையைக் கட்டிக்

கொண்டு அந்த விதவை அம்மாள் வீட்டிற்கெதிரில் போய் உட்கார்ந்துகொண்டு, பெரிய குரலுடன் தான் இறந்தவரைக் குறித்து ஒப்பாரி பாடி அழ ஆரம் பித்தார். இந்தச் சூதை யறியாத அந்த விதவையம்மாள், தன் காலஞ்சென்ற புருஷனுடைய பந்து யரோ வந்து அழுகிறாள் பாபம் என்று எண்ணி, கதவைத் திறந்துகொண்டு வந்து, தானும் அவர் எதிரில் உட்கார்ந்து கொண்டு வழக்கம் போல் அழ ஆரம்பித்தார்கள். இரண்டு பேரும் அழும் பெருங் கூச்சலைக் கேட்ட அந்த வீதியில் வசிக்கும் பிராம்மணர்கள், இதென்னடா !அழுகுரல் ஒன் றிற்கு இரண்டாயது இன்று! என்று கலங்கினவர்களாய் ஒவ்வொருவராக அந்த வீட்டு வாசலண்டை வந்து சேர்ந்தார்கள். பொழுதும் பலபலவென்று விடிந்தது. உடனே நமது தீட்சிதர், அழுகையை நிறுத்தித் தன் முக்காட்டைக் களைய, ரகஸ்யம் வெளியாயிற்று, அந்த விதவையம்மாள் என்ன செய்வாள் பாயம்? எதிரிலிருப்பது ஆடவனென்றும் இன்னாரென்றும் அறிந்தவர்களாய் வெட்சி, "படுபாவி! நீயா இப்படிச் செய்தாய்!" என்று அவரை வைது விட்டுச் சரேரென்று தன் வீட்டிற்குள் நுழைந்து கதவைத் தாளிட்டுக் கொண்டார்கள். மறுநாள் முதல் அந்த அம்மாள் அந்த வழக்கத்தை விட்டனர். வீதி வாசிகளும் நமது தீட்சிதரைத் துதித்துச் சந்தோஷித்ததனர்.

ஐந்தாவது கதை

ஒரு நாள் இரவு நமது தீட்சிதர் வீட்டில் ஒரு திருடன் வந்து வாயிலின் ஓர் மூலையிலிருந்த இருட்டறையில் ஒளிந்திருந்தான். இரவு போஜனம் அருந்திவிட்டு, கை கழுவும்படியாக அங்கு வந்த நமது தீட்சிதர் அவனிருப்பதைத் தெரிந்து கொண்டார். அச் சமயம் வீட்டிலிருந்த வேலையாட்களெல்லோரும் கும்பேஸ்வர ஸ்வாமி கோயில் உற்சவம் பார்க்க வெளியிற் போயிருந்தனர். அவரும் அவர் மனைவியும் மாத்திரம் வீட்டிலிருந்த சமயம். நமது தீட்சிதர் திருடனைக் கண்டு கொள்ளாதவர் போலிருந்து, அங்கு வைத்திருந்த கங்காளத்திலிருந்த ஜலத்தை, சொப்பில் மொண்டு, வாயலம்புவது போல் கொப்பளித்து அறையின் பக்கமிருந்த திருடன் மீது வேகமாய் உமிழ ஆரம்பித்தார். இப்படி சொம்பு சொம்பாக ஜலத்தை மொண்டு அவன் மீது உமிழ்ந்து கொண்டிருக்க, உள்வையறியாத அவரது மனைவி, இதென்ன இப்படி கங்காளத்திலிருக்கும் ஜலத்தையெல்லாம் வீணாக உமிழ்கிறீரே என்று, அவரிடம் வந்து வினவ, அவள் மீதும் ஒருவாய் ஜலத்தை உமிழ்ந்தார். அதன்பேரில் அந்த அம்மாள் ஏதோ தீட்சிதாவர்களுக்குப் பயித்தியம் பிடித்துவிட்டது என்றெண்ணி, வெளியிற் போய் கூக்குரலிட, அக்கம் பக்கத்திலிருந்தவர்களெல்லாரும் ஓடி வந்தனர். வந்தவர்கள் மறுபடியும் முன் சொன்னபடியே உமிழ்ந்து கொண்டிருந்த தீட்சிதரைப் பார்த்து, 'இதென்ன பரித்தியம்?' என்று வினவ, நமது தீட்சிதர் அவர்கள், "வேறொன்றுமில்லை; என் மனைவியின் மனதைப் பரீட்சித்துப் பார்த்தேன். பதினாயிரம் ரூபாய் செலவழித்து நான் இவளைக் கலியாணம் செய்து கொண்டிருக்கிறேன். ஒரு வாய் நீரை உமிழ்ந்தால் இதற்காகக் கோபிக்க லாமா? இதோ பாருங்கள்; இந்த இருட்டறையில் யாரோ பெரிய மனிதர் ஒருவர் வந்திருக்கிறார். அவரை எனக்கு முன்பின் தெரியாது. பாவம், இந்த கங்காளத்திலிருந்த ஜலத்தையெல்லாம் அவர் மேல்

நான் உமிழ்ந்தும் அவர் பொறுத்துக் கொண்டிருக்கிறார். இவள் ஒருவாய் ஜலத்தை பொறுக்கலாகாதா?" என்று சொல்ல, வந்திருந்தவர்களெல்லாரும், தீட்சிதர் உளவையறிந்தவர்களாய் நகைத்துவிட்டு இருட்டறைக்குட்போய், அங்கிருந்து திருடனைப் பிடித்துக் கொண்டு வெளியில் வர, அவனைப் பார்த்து நமது தீட்சிதர், "கறுப்பு சொக்காய் போட்டுக் கொண்டிருக்கிறான் பாபம்! அப்படியே அதெல்லாம் நனைந்து விட்டதே! அப்பா, இனிமேல் இங்கு வருவதானால் சொக்காய் போட்டுக்கொண்டு வராதே! தெரியுமா? ஐயா, இவனைப் போலிஸ் ஸ்டேஷனுக்கு அழைத்துக் கொண்டு போகும் போது, மகாமஹக் குளத்தின் வழியாகக் கொண்டு போங்கள். அங்கே ஸ்நானம் செய்து விட்டுப் போகட்டும்! பாபம்!" என்று சொல்லி யனுப்பினார்.

ஆறாவது கதை

ஒரு முறை கவர்னர் ஜெனரல் அவர்கள் கும்பகோணத்திற்கு வந்தார். ஒரு நாட்காலை அவர் ஊரைச்சுற்றிப் பார்க்க வேண்டுமென்று அபிப்பிராயப்பட, அதற்காக கலெக்டர் அவர்கள் இன்னின்ன வீதி வழியாக அவர் ஊர்வலம் வரவேண்டியது, அப்படிச் செய்யும் பொழுது இன்னின்ன பெரிய மனிதர்கள் அவருக்கு மாலை மரியாதை செய்யவேண்டியது என்று ஏற்பாடு செய்தார். அப்பொழுது நம்முடைய தீட்சிதரும் தம் வீட்டின் வழியாகப் போகும் பொழுது தாமும் கவர்னர் ஜெனரலுக்கு மாலை மரியாதை செய்ய வேண்டுமென்று கேட்டுக் கொண்டார். கலெக்டர் இவர் ஏதாவது குறும்பு செய்ய லாமென்று அஞ்சினவராய், வேண்டாமென்று மறுத்து விட்டார். அதன் மீது நமது தீட்சிதர், "சரி இவரால் நமக்கென்ன? நாம் செய்வதைச் செய்வோம்" என்று எண்ணிக்கொண்டு, வீட்டிற்கு வந்து கவர்னர் ஜெனரலுக்காகப் பெரிய சரிகை மாலை முதலியன வெல்லாம் ரகசியமாகச் சித்தம் செய்து வைத்தார். காலை கவர்னர் ஜெனால் ஊர்வலம் வரும்பொழுது, ஆங்காங்கு பெரிய மனிதர்கள் வீட்டிலெல்லாம் மாலை மரியாதைகளைப் பெற்றுக்கொண்டு வந்தார். தீட்சிதர் வீட்டெதிரில் நிற்கவேண்டாம் என்று கலெக்டர் கவர்னர் ஜெனரல் வண்டி சாரதிக்குச் சொல்லியிருக்கவே, அங்கு வரும் பொழுது அவன் பெரு நடையாய் வண்டியை விடப்பார்த்தான். நமது தீட்சிதர் இதைக்கண்டு, கவர்னர் ஜெனரல் வண்டி வீட்டண்டை வந்ததும், அதற்கெதிராக, இருபது ரூபாய்க்கு எட்டணா, நாலணா, இரண்டிணாவாக வெள்ளிச் சில்லரையாக மாற்றி, அந்தச் சில்லரையை வண்டியெதிரில் வாரி இறைக்க, அங்கிருந்த ஜனங்களெல்லாம் ஒரேகும்பலாய் ஒருவர் மேல் ஒருவர் வீழ்ந்து அதை பொறுக்க ஆரம்பித்தனர். கும்பலில் வண்டியை ஓட்ட முடியாமல் சாரதி வண்டியை நிறுத்தினான். (அக்காலம் தற்காலப் போல் மோட்டார் வண்டிகளில்லை,

இரண்டு குதிரைகள் கட்டின குதிரைவண்டி தான் பெரும்பாலும் உபயோகிக்கப்பட்டது.)

உடனே வண்டி நிற்கவே, நமது தீட்சிதர் அவர்கள், கவர்னர் ஜெனரலுக்குச் சலாம் செய்து வீட்டு, சரிகை மாலை முதலிய மரியாதைகள் எல்லாம் சாவ காசமாய்ச் செய்தார்! மற்றப் பெரிய மனிதர்கள் வீட்டெதிரிலெல்லாம் அரை நிமிஷம் நின்றால், நமது தீட்சிதர் வீட்டெதிரில் கவர்னர் ஜெனரலின் வண்டி இரண்டு நிமிஷம் நிற்க வேண்டிவந்தது. நடந்த உளவையறியாத கவர்னர் ஜெனரல், நமது தீட்சிதரை, 'இப்படி ஏன் வெள்ளி நாணயங்களை இறைத்திர்' என்று கேட்க, பூர்வ காலத்திலெல்லாம். இந்து தேசத்திய ராஜாக்கள் வீதிகளில் ஊர் கோலம் வந்தால், திருஷ்டி கழிப்பதற்காகப் பொன் வெள்ளி நாணயங்கள் இறைப்பது வழக்கம். அது போல் எங்கள் பூர்வீக ஹிந்து வழக்கத்தை அனுசரித்தேன் என்று விடை பகர்ந்தார். கவர்னர் ஜெனரல் அதற்காக நமது தீட்சிதருக்கு வந்தனம் அளித்தார். பிறகு வண்டி புறப்படும்பொழுது அவர் பக்கத்தில் உட் கார்ந்து கொண்டு இதையெல்லாம் பார்த்துக் கொண்டிருந்த கலெக்டருக்கு, ஒரு பெரிய "தீவட்டி சலாம் " போட, இவர் செய்த சூழ்ச்சியையறிந்த கலெக்டர் நகைத்து விட்டுப் போனார்.

ஏழாவது கதை

ஒரு முறை சக்ரவர்த்தியானவர் நமது தேசத்திற்கு விஜயம் செய்தபொழுது, டில்லியில் ஒரு பெரிய தர்பார் நடந்தது. அதற்கு நமது இந்திய தேசத்திலுள்ள சகல ராஜாக்களும் வரவழைக்கப் பட்டிருந்தபடியால், சாதாரண ஜனங்கள் உள்ளே உட்காருவதற்கு இடங் கிடைப்பது மிகவும் கடினமாயிருந்தது. நமது தீட்சிதர் அவர் கள் எப்படியாவது உள்ளே போய் அந்த வைபவத்தைக் காணவேண்டுமென்று இச்சை கொண்டவராய், தனக்கு அறிமுகமான சென்னை ராஜதானி மத்திரி ஒருவரிடம் போய், தனக்கு பிரைவேட் டிக்கெட் ஒன்று வாங்கிக்கொடுக்கும்படி மிகவும் மன்றாடிக் கேட்டார். அதற்கவர், "எனக்கே ஒரு டிக்கட் கிடைப்பது பகீரதப் பிரயத்னமா யிருந்தது; உங்களுக்கு ஒன்று வாங்கிக் கொடுக்க என்னால் முடியாது" என்று பதில் சொல்லி விட்டார். அதன்பேரில் நமது தீட்சிதர் ஒரு யுக்தி செய்தார். டில்லி தர்பாரில் நடக்க வேண்டிய சங்கீதக் கச்சேரிக்காகச் சென்னையிலிருந்து ஒரு சங்கீத வித்வானும் பக்கவாத்தியமாக ஒரு பிடில் வித்வானும் மிருதங்கக்காரனும் அங்கு அழைக்கப்பட்டிருந்தனர்.

அவர்கள் எல்லோருக்கும் போலீஸ்காரர் மூலமாக ஒவ்வொரு டிக்கெட்டு கொடுக்கப்பட்டிருந்தது; அவர்களுள் மிருதங்கம் வாசிப்பவன் இவருக்குத் தெரிந்தவன்; அவனிடம் போய் 'உனக்கு நாளை தர்பாரில் மிருதங்கம் வாசிக்க என்ன கொடுக்கபோகிறார்கள்?' என்று கேட்க, அவர் நூறு ரூபாய் கொடுப்பதாக ஏற்பாடாயிருக்கிறது என்று பதில் சொல்ல, "அந்த நூறு ரூபாய்க்குப் பதிலாக நான் இருநூறு ரூபாய் தருகிறேன்; நான் சொன்னபடி மாத்திரம் நீ செய்யவேண்டும்; இன்றிரவு ஏதோ காய்ச்சல் வந்ததாகப் படுத்துக் கொள்; நாளை சாயங் காலம் வரை படுக்கையை விட்டு எழுந்திராதே; உன் மிருதங்கத்தை என்னிடம் கொடு; நான் அதை

எடுத்துக்கொண்டு போய், உனக்குப் பதிலாக வாசித்து விட்டு வருகிறேன்!" என்று சொல்ல, அவனும் வாசிக்கும் கஷ்டமும் மிகுந்தது வரும்படிக்கும் இரட்டிப்பாய் வருகிறது என்று சந்தோஷத்துடன் ஒப்புக்கொண்டான். அன்றிரவு தான் காய்ச்சலாயிருப்பதாயும், தனக்குப் பதிலாக ஒருவர் மிருதங்கம் வாசிப்பதாயும்,சங்கீத வித்வானுக்குச் சொல்லியனுப்பினான். அவரும், அம்மட்டும் எவனாவது பதிலாகக் கிடைத்தானே என்று ஒப்புக்கொண்டு, நமது தீட்சிதரை அழைத்துக்கொண்டு போக, அந்த டிக்கட்டுடன் தர்பாருக்குள் நம்மவர் நுழைந்து தர்பார் ஆரம்பமாகும் சமயத்திற்கு முன்பாக வந்திருந்தவர்களின் மனோ உற்சாகத்திற்காகச் சங்கீதக் கச்சேரியில் சங்கீத வித்வானின் பாட்டிற்கு மிருதங்கம் வாசித்துக் கொண்டிருந்தார். நமது தீட்சிதர் பல பயிற்சிகளுடன் மிருதங்கம் வாசிப்பதையும் கற்றிருந்தார். கொஞ்ச நேரத்திற்கெல்லாம் இவருக்கு டிக்கெட் வாங்கிக் கொடுக்க முடியாது என்று கூறிய சென்னை ராஜதானி மந்திரி தர்பாருக்கு வர "ஐயா, மந்திரி அவர்களே! உங்களுக்கு முன்னதாக இதோ வந்திருக்கிறேன்!" என்று அவர் வெட்கும்படிக் கூறிவிட்டு, மிருதங்கம் வாசித்து முடித்தார்.

எட்டாவது கதை

ஒரு முறை நமது தீட்சிதர் கும்பகோணத்திலிருந்து சென்னைக்கு வரும்படி நேர்ந்தது. சென்னைக்கு இரண்டாவது வகுப்பு டிக்கட் ஒன்று வாங்கிக்கொண்டு ரெயிலில் ஏறினார். அவருடைய சிநேகிதர் ஒருவரும் கும்பகோணத்திலிருந்து சென்னைக்கு இரண் டாவது வகுப்பு டிக்கட்டு வாங்கிக்கொண்டு ஏறினார். அந்தச் சிநேகிதர் ஏதோ அஜாக்கிரதையினால் தன் டிக்கட்டைத் தொலைத்து விட்டார். அதன் பேரில், அவர் "ஐயோ!டிக்கட்டு எங்கேயோ தொலைத்து போய்விட்டதே டிக்கட்டு தொலைந்து போய்விட்டதென் றால் ரெயில் அதிகாரிகள் நம்பமாட்டார்களே! என்ன செய்வது?" என்று வருத்தப்பட்டுக்கொண்டிருக்கும் பொழுது நமது தீட்சிதர், "நீங்கள் ஒன்றுக்கும் பயப்படவேண்டாம்; என் டிக்கட்டை வைத்துக்கொள்ளுங்கள்; நான் எப்படியாவது சமாளித்துக் கொள்ளுகிறேன்." என்று சொல்லித் தன் டிக்கட்டை அவரிடம் கொடுத்து விட்டார். இரவில் இருவரும் ரெயிலில் மற்றவர்களுடன் உறங்கிக் கழிக்க, மறுநாட்காலை சேத்துப்பட்டுக்கு வந்து சேர்ந்தார்கள். தீட்சிதர் சேத்துப்பட்டில் இறங்கி பிளாட்பாரத்தில் உலாவிக் கொண்டிருந்தார். டிக்கட் பரிசோதகர் எல்லாருடைய டிக்கட்டுகளையும் வாங்கிக்கொண்டு வந்தார். பிறகு ரெயில் புறப்படும் சமயத்தில் தீட்சிதர் இரண்டாவது வகுப்பிற்குள் ஏறவே, இவர் தன்னை ஏமாற்றினதாக டிக்கட்டு கலெக்டர் எண்ணி, "எங்கே உங்கள் டிக்கட்டி என்று கேட்டார். அதற்கு நமது தீட்சிதர், "முன்பே கொடுத்து விட்டேனே உம்மிடம்!" என்று பதில் உரைக்க, அவர் கொடுக்கவில்லை என்று மறுத்தார். இப்படி இருவரும் வாதாடிக் கொண்டிருக்கும் பொழுது ரெயில் புறப்பட்டு விட்டது. உடனே சென்னைக்கு வந்து சேர்ந்தவுடன் அந்த டிக்கட் பரிசோதகர் நமது தீட்சிதரை அதிகாரிகளிடம் அழைத்துக்கொண்டுபோய், இவர் டிக்கட்

இல்லாமல் ரெயிலில் பிரயாணம் செய்திருக்கிறார் என்று குற்றஞ் சாற்றினார்.

அதிகாரிகள் இவரை விசாரிக்க "நான் அப்படிச் செய்யவில்லை; என் டிக்கட்டை இவர் வாங்கிக்கொண்டு, ஏதோ ஞாபகமறதியாய் தவறாக என் மீது குற்றஞ் சாட்டுகிறார். வேண்டுமென்றால் இவர் சேகரித்துக் கையில் வைத்திருக்கும் டிக்கட்டுகளைப் பரிசோதித்துப் பாருங்கள். நான் கும்பகோணத்திலிருந்து சென்னைக்கு வாங்கின இரண்டாவது வகுப்பு டிக்கட்டின் நம்பர் இது, என்று சொல்லித் தன் கேபியிலிருந்து ஒரு சிறு குறிப்புப் புஸ்தகத்தை எடுத்துத் தான் வாங்கின டிக்கட்டின் நம்பர் குறித்திருந்ததை எடுத்துக் காட்டினார் (இம்மாதிரி தான் வாங்கும் டிக்கட்டுகளின் எண்ணைக் குறித்து வைப்பது நமது தீட்சிதருக்கு வழக்கம்) உடனே அதிகாரிகள் அந்த டிக்கட் பரிசோதகர் கையிலிருந்த டிக்கட்டுகளை வாங்கிப் பார்க்க, அதில் நமது தீட்சிதர் குறித்த நம்பருடைய டிக்கட் கிடைத்தது. டிக்கட் பரிசோதர் திகைத்து நின்று விட்டார். அதிகாரிகள் இப்படித்தவறாக ஒரு பெரிய மனிதன் மீது நீ குற்றஞ் சாற்றலாமா என்று அவரைக் கோபித்துக்கொண்டனர். அதன் பேரில் நமது தீட்சிதர் "பாவம்!ஏதோ வாலிபர்! தெரியாமல் சொல்லி விட்டார். எனக்கொன்றும் கோபமில்லை; நீங்களும் மன்னித்து விடுங்கள்!" என்று சொல்லித் தப்பித்துக்கொண்டு வந்து விட்டார்.

ஒன்பதாவது கதை

ஒரு முறை நமது தீட்சிதர் கும்பகோணம் ஸ்டேஷனுக்கு மதுரையிலிருந்து வந்த தன் சிநேகிதரை வரவேற்கப் போயிருந்தார். அந்தச் சிநேகிதருடன் ஒரு ராயர் கும்பகோணம் ஸ்டேஷனில் இறங்கினார். அந்த ராயருக்கு 'சாலேசரம்'. ரெயில் வண்டியிலிருந்து இறங்கினவுடன் யரோ அவருக்கு ஒரு கடிதத்தைக் கொண்டுவந்து கொடுக்க, அவர் தன் மூக்குக் கண்ணாடியைக் கூட்ஸ் வண்டியிலிருந்த பெட்டியில் வைத்து விட்டதால் அக்கடிதத்தைப் படிக்க முடியாதவராய், சுற்றிப் பார்த்து நமது தீட்சிதர் மூக்குக் கண்ணாடி போட்டுக்கொண்டிருப்பதைப் பார்த்து,"ஐயா, உங்கள் மூக்குக் கண்ணாடியை ஒரு நிமிஷம் கொடுங்கள்" என்று கேட்க தீட்சிதர், "இந்தக் கண்ணாடி சாலேசரத்திற்கு உபயோகப்படாது. கண்களுக்குக் குளிர்ச்சியாயிருப்பதற்காகப் போட்டுக்கொண்டிருக்கிறேன்" என்று சொல்லிப்பார்த்தார்.

இதைக் கேளாது ராயர் அதைக் கொடுக்கும்படி வற்புறுத்த, "சரி, ஆனால் உங்கள் இஷ்டம்" என்று சொல்லிக் கழற்றிக்கொடுத்தார்.ராயர் அதை தன் மூக்கில் போட்டுக்கொண்டு பார்த்து படிக்கத்தெரியாதவராய், கழற்றிக் கொடுக்கும்பொழுது அஜாக்கிரதையினாலோ, சாலேசரத்தினாலோ, கை நழுவி விட, அக்கண்ணாடி கீழே விழுந்து துண்டு துண்டாய் உடைந்து விட்டது. இதைக்கண்டு நமது தீட்சிதர், கோபமடைந்த போதிலும் அதை அடக்கிக்கொண்டு, "ராயரவாள்! தங்கள் பெயர் என்னவோ?" என்று விநயமாய்க் கேட்டார். அதற்கு ராயர், "ஹதுமந்த ராயர்' என்று பதில் உரைத்தார். அதன் பேரில், "தக்கள் தாய் தந்தையர்கள் ஜிவந்தர்களாயிருக்கிறார்களோ?" என்று வினவ, ராயர் "இல்லை காலமாய் விட்டனர்; " என்று விடை பகர்ந்தார். உடனே நமது தீட்சிதர் ரெயில் பிளாட்பாரத்தில், தெற்கு முகமாய்த் திரும்பி மேல் உத்தரீயத்தை இடுப்பில்

இழுத்துக் கட்டிக்கொண்டு, மூன்று முறை சாஷ்டாங்கமாய் நமஸ்காரம் செய்தார். அங்கிருந்தவர்களெல்லாம், 'இதென்ன ஆச்சரியம்?' என்று கும்பல் கூடினர். அவர்களுள் ஒருவர், "தீட்சிதரே! இதென்ன இப்படி நமஸ்காரம் செய்கிறீர்களே? யாருக்குச் செய்கிறீர்கள் ? " என்று கேட்க, தீட்சிதர், 'இதோ ஹனுமந்த ராயர் இருக்கிறாரே, இவருடைய காலஞ்சென்ற தாய் தந்தையர்களுக்கு! அவர்கள் எவ்வளவு புத்தி சாலித்தனாள் இவர் பிறந்தவுடனே இவருடைய சுபாவத்தை அறிந்து ஓருருமந்தராயர் என்று பெயர் கொடுத்தனர்!

இந்த சூட்சுமம் தெரியாதபடியால், என் மூக்குக் கண்ணாடி போயிற்று. இதைமுன்பே அறிந்திருந்தால், எனக்கு மூக்குக் கண்ணாடி நஷ்டமாயிராதே? ஆயினும், எல்லோரும் ஜாக்கர தையாயிருங்கள் என்று இவருக்கு இப்பெயர்வைத்த இவருடைய தாய் தந்தையரின் புத்தி சாதுர்யமே சாதுர்யம்! அவர்களுக்கு நான் நமஸ்காரம் செய்ய வேண்டாமா?" என்று பதில் உரைத்தார். அங்கிருந்தவர் களுள் ராயர் உள்பட நகைக்காதவர்கள் ஒருவருமில்லை.

பத்தாவது கதை

நமது தீட்சிதர் ஒரு சமயம் சென்ன பட்டிணத்திற்கு வந்திருந்தார். ஒரு நாள் அவர் சமுத்திரக்கரைக்குக் காற்றுக்காகப் போயிருந்தார். சாயங்காலம் இருட்டியவுடன் அங்கிருந்து மயிலாப்பூருக குத் தன் ஜாகைக்குப்போகப் புறப்பட்டு ஒரு டிராம் வண்டியில் ஏறினார். அச்சமயம் டிராம் வண்டியிலிருந்த ஒரு மனிதர் டிராம் டிக்கட்காரருடன் அவர் சில்லரைக்காகக் கொடுத்த ஒரு இரண்டணா விற்காகச் சண்டை போட்டுக்கொண்டிருந்தார். டிராம் டிக்கட்காரர் அந்த இரண்டணா தான் கொடுத்ததல்ல என்று பிடிவாதம் பிடித்தார். இவர் அவர் கொடுத்ததுதான் என்று கூறிக்கொண்டிருந்தார்.

பக்கத்திலிருந்தவர்கள், டிராம் டிக்கட்காரர் சொடுத்ததுதான் என்று சொன்னார்கள். இதையெல்லாம் கேட்டுக் கொண்டிருந்த நமது தீட்சிதர், அவர்களது சண்டையை நிறுத்தி, தன்னிடமிருந்த இரண்டணாவை அவரிடம் கொடுத்துவிட்டு, செல்லாத இரண்டணாவைத் தான் வாங்கிக்கொண்டார். டிக்கட் விற்பவன் இவரிடம் வந்து டிக்கட் வாங்கும் படிக் கேட்க, "இந்த இரண்டணாதான் என்னிடமிருக்கிறது. இதற்கு டிக்கட் கொடுத்தால் கொடு; இல்லா விட்டால் நான் இறங்கிவிடுகிறேன்" என்றார். அதன்பேரில் அவன் அதற்குக் கொடுக்கமுடியாதென்று ஆட்சேபிக்க, ஆனால் வண்டியை நிறுத்து, நான் இறங்கிவிடுகிறேன் என்று சொல்லி, டிராமிலிருந்து குத்துவிட்டார்.

அந்த டிராம் போனவுடன், மற்றொரு டிராம் வர, அதில் ஏறிக்கொண்டார். அந்த வண்டியில் டிக்கட் விற்பவன் இவரிடமிருந்து அதே இரண்டணாவைக் கவனித்துப் பாராமல் வாங்கிக் கொண்டு டிக்கட் கொடுத்துவிட்டான். நமது தீட்சிதர் இப்படித்தான் இவர்களுக்குப் புத்திவரச்

செய்யவேண்டும், என்று எண்ணிக்கொண்டு மயிலாப்பூர் போய்ச் சேர்ந்தார்.

பதினொன்றாவது கதை

ஒரு முறை ஒரு டிராம் கண்டக்டர் நமது தீட்சிதரிடம் ஒரு செல்லாத இரண்டணாவைக் கொடுத்துவிட்டான். இதைப் பாராது வாங்கிக்கொண்டு அவர், பிறகு பரிசோதித்துப் பார்த்தபொழுது தான் மோசம் செய்யப்பட்டதை அறிந்தவராய் "ஆகட்டும், இதற்குப்பதில் செய்ய எனக்குத் தெரியும்" என்று கொண்டு, பாரிஸ்கார்னரில் மற்றொரு டிராம் வண்டியில் ஏறினார்.

ஏறும் பொழுது டிக்கட் விற்கிறவன் எந்தப் பக்கமிருந்து டிக்கட்டுகள் கொடுத்துக்கொண்டு வருகிறான் என்பதை கவனித்து அதற்கு எதிர்ப்புறமாக ஏறினார். டிக்கட் விற்கிறவன் மற்றவர்களுக் கெல்லாம் டிக்கட்டு கொடுத்துக் கொண்டு இவரிடம் வருவதற்குள் பச்சையப்பன் கலாசாலைக்கு டிராம் வந்து விட்டது. பிறகு டிராம் கண்டக்டர் வரை டிக்கட்டுக்குப் பணம் கேட்க, தன்னுடைய பையிலிருந்து சரியான ஒரு இரண்டணாவை எடுத்துக் கொடுத்து "ராயபுரம் ஒரு டிக்கட்" என்று கேட்டார். கண்டக்டர் "ஓவ்! எந்த ஊரய்யா, ராயபுரமா போகிறது இந்த வண்டி? கீலே இறங்குங்களய்யா!" என்றான். உடனே நமது தீட்சிதரும் ஒன்றும் தெரியாதவர்போல் இறங்கி விட்டார். கொஞ்சம் பொறுத்து மயிலரப் பூருக்குப் போகும் மற்றொரு டிராம் வண்டியில் முன்பு குறிப்பிட்ட படியே கவனித்து ஏறிக்கொண்டார்.

இவ்வண்டி மெமோரியல் ஹாலருகில் வரும்பொழுது கண்டக்டர் டிக்கட்டுக் கேட்கவே முன்பு போல ஒரு சரியான இரண்டணாவைக் கொடுத்து "ஒரு டிக்கட் வண்ணாரப் பேட்டை என்று கத்தினார். கொஞ்சமாவது சுளிக்காமலும், சிரிக்காமலும் கேட்டார். வண்டியிலிருந்தவர்களெல்லோரும் நகைத்தனர். "ஏய்! நாட்டுப்புறம்! கீழே இறங்கு,படிக்கத் தெரியாது? போர்டில் என்ன போட்டிருக்கிறது பார்க்கவில்லையா!" என்று கண்டக்டர் அதட்டி, அவருடைய

இரண்டணாவை "அவர் கையில் கொடுத்துக் கீழே இறக்கி விட்டான். இதற்குள்ளாக டிராம் வண்டி சென்டிரல் ஸ்டேஷன் வந்து சேர்ந்தது. இம்மாதிரியாகவே வேறு வேறு வண்டிகளிலேறி அவ்வண்டிகள் போகாத இடங்களின் பெயர்களைக் கூறி, துட்டையும் மிகுத்திக்கொண்டு மயிலாப்பூர் போய்ச் சேர்ந்தார்! பிறகு மறுநாள் சென்னையில் திருப்பதிக் குடை புறப்படும் வைபவத்தைக் காண வந்து அந்த திருப்பதி வெங்கடேஸ்வரப் பெருமாள் உண்டியில் அந்த செல்லாத இரண்டணாவைச் சமர்ப்பித்து விட்டார். "இந்தப் பெருமாள் தானே அந்த ராமம் போட்ட கண்டக்டர், எனக்கு நாமம் போடச் செய்தார்! ஆகவே அந்த செல்லாத காசை அவருக்கே கொடுத்து விட டேன்" என்று தன் மனதைத் திர்ப்தி செய்து கொண்டார்.

பன்னிரண்டாவது கதை

நமது தீட்சிதர் ஒரு முறைசென்னைக்கு மார்ச்சுமாதம் வந்து நமது சிநேகிதர் ஒருவருடைய வீட்டில் தங்கியிருந்தார். மார்ச்சு மாதம் 31-ந் தேதி வந்தபொழுது, "நாளை ஏப்ரல் முதல் தேதியல்லவா? அநேக வருஷங்களாயின, இந்த ஏப்ரல் பூல் வழக்கம் கொண் டாடி, நாளைத்தினத்திற்கு ஏதாவது ஒரு புதிய யுக்தி செய்ய வேண்டு" மென்று தீர்மானித்தார்.

சென்னையில் இவருடைய அத்யந்த சிநேகர்களுள் முத்துராம லிங்கய்யர் என்று ஒருவர் இருந்தார்.அவர் தன்னுடைய சினேகிதர்களுக்கு, தனக்கு ஒரு ஆண் குழந்தை பிறந்ததற்காக, ஒரு சிற்றுண்டி பார்டி கொடுப்பதாக, நம் தீட்சிதர் இருபது இருபத்தைந்து கார்டுகள் அச்சிட்டு, அவருடைய சிநேகிதர்களுக்கெல்லாம் மறுநாட் காலை (எப்ரல் மாதம் முதல் தேதி) போய்ச் சேரும்படி தபாலில் போட்டு விட்டார்; தனக்கும் ஒரு கார்டு போட்டுக்கொண்டார்.

அந்தக் கார்டில் கூறப்பட்டபடி சரியாக நாலுமணிக்கெல்லாம், இரண்டு மூன்று பெயர்களுடன் முத்துராமலிங்க ஐயர் வீட்டிற்குப் போய்ச் சேர்ந்து, எல்லோருமாக, அவரிடம் சந்தோஷம் விசாரித்தார்கள். நடந்த சூதையறியாத முத்துராமலிங்க ஐயர் எதற்காக இக்கொண்டாட்டமெல்லாம் என்று கேட்க, 'உங்களுக்கு ஆண் குழந்தை பிறந்ததற்காக', என்று சொல்லித் தங்களுக்குத் தபாலில் கிடைத்த கார்டுகளை அவருக்குக் காட்டினார்கள்; நமது தீட்சிதரும் தனக்குத் தானே போட்டுக்கொண்ட கார்டைக் காண்பித்தார்.

முத்துராமலிங்க ஐயர் திடுக்கிட்டுப் போனார்! இதற்குள்ளாக மற்ற கிகேிதர்களும் வந்து ஒவ்வொருவராக சுப சமாசரம் விசாரித்தார்கள். பிரகு இது யாரோ செய்த சூது என்று அறிந்தவராய்ச் சிரித்துவிட்டு, அக்கார்டு ஒன்றை மறுபடியும் படித்துப் பார்த்து அதில் ஏப்ரல் மாதம் முதல் தேதி என்று

போட்டிருந்ததைக் கவனித்து தனது சிரைக்கர்களுள் யாரோ செய்த விளையாட்டென்று களுக்கு அறிவித்து. "ஏன் தீட்சிதரே! நீங்கள் செய்த சூது தானோ! என்று கேட்க, நமது தீட்சிதர் "என் பாவமா! இதோ எனக்கு வந்த கார்டைப் பாருங்கள்! நானே என்னை ஏமாற்றிக் கொள்வேனா?" என்று உறுதியாய்க் கூறினார்.

முத்துராமலிங்க ஐயர்.உடனே வீட்டிற்குள்ளே போய், சமயற்காரனைச் சீக்கிரம் உப்புமா தயார் செய்யச் சொல்லி, கடையிலிருந்து பழதினுசுகள் வரவழைத்து, காப்பியுடன் வந்திருந்த எல்லா நண்பர்களுக்கும் கொடுத்தார். எல்லோரும் தாங்கள் ஏமாந்த விதத்தைச் சொல்லி நகைத்தார்கள்.

அவர்களுள் ஒருவராகிய தேசிகாசாரியார் என்பவர் "ஐயோ! வீட்டில் என் மனைவி தயார் செய்து கொண்டிருந்த பட்சணத்தையும் வேண்டாம் முத்துராமலிங்க ஐயர் வீட்டில் இன்று சிற்றுண்டி பார்டி என்று சொல்லி வந்தேனே !" என்றார். கோபால் சாமி முதலியார் என்பவர் நல்ல வேடிக்கை! என் மோட்டார் வண்டிக்காரன் இன்று லீவு வாங்கிக்கொண்டு போனதால் நான் மைலாப்பூரிலிருந்து டிராமில் அல்லவா வந்தேன்" என்றார். இந்த மாதிரியாக ஒவ்வொருவரும் தாங்கள் ஏமாந்த விதத்தைப்பற்றி எடுத்துச் சொல்லி நகைப்புடன் அன்று சாயக் காலத்தைக் கழித்தனர்.

பிறகு அவர்களெல்லாம் விடை பெற்றுக்கொண்டு போகும் போது, "ஓய்!தீட்சிதரே, இந்த யுக்தியை நீர்தான் செய்திருக்க லேண்டும். உம்மையன்றி வேறு ஒருவருக்கும் இப்படிச் செய்யத் தெரியாது! நிஜத்தைச் சொல்லும்" என்று வற்புறுத்திக் கேட்க, நமது தீட்சிதர் ஆம் என்று ஒப்புக்கொண்டார்.

ஆயினும் நமது தீட்சிதர் வேடிக்கையாயாரம் பித்தது பிறகு கொஞ்சம் வினையாய் முடிய இருந்தது. எப்படியெனில், வாஸ்தவமாக அச்சமயம் முத்துராமலிங்க ஐயருடைய மனைவி பூர்ண கர்ப்பவதியாயிருந்தாள்; பிரசவத்திற்காக திருநெல்வேலிக்குத் தன் தகப்பனார் வீட்டிற்குப்

போயிருந்தாள். மயிலாப்பூரிலிருந்து தீட்சிதர் புறப்பட்ட பொழுது, அவர் பக்கத்து வீட்டில் குடியிருந்த, முத்து ராமலிங்க ஐயர் மைத்துனர் 'எங்கே போகின்றீர்' என்று கேட்க "உன் மைத்துனருக்கு ஆண் குழந்தை பிறந்ததற்காக எங்களுக் கெல்லாம் டீ பார்டி கொடுக்கிறார்" என்று பதில் உரைத்து விட்டு புரசைவாக்கம் வந்தார்.

அந்த மைத்துனருக்கு அடங்காக் கோபம் மூண்டு, உடனே தன் தகப்பனாருக்கு, தன் தங்கைக்கு ஆண் குழந்தை பிறந்த சமாசாரம் தனக்குத் தெரியாததற்காக வருத்தப் பட்டதன்றி, தன் மைத்துனன் மற்றவர்களை யெல்லாம் அதன் பொருட்டு வைத்த டீ பார்டிக்கு அழைத்த போதிலும், தன்னை அழைக்கவில்லை என்று கடிந்து ஒரு கடிதம் எழுதினார்.

உடனே அங்கிருந்து அவரது தகப்பனார், "இன்னும் பிரசவமே ஆகவில்லையே, இதெல்லாம் என்ன கதை?" என்று பதில் எழுதினார். அதன் பேரில் அந்த மைத்துனர், அக்கதத்தைக் கொண்டுபோய் நமது தீட்சிதரிடம் காண்பித்து இதென்ன என்னிடம் பொய் யுரைத்திரே!" என்று கேட்க, நமது திட்சிதர் "பொய்யொன்றுமில்லை! உன் மைத்துனன் இன்னொரு தாரம் கலியாணம் செய்து கொண்டிருப்பது உனக்குத் தெரியாதா? அந்த தாரத்திக்குப் பிறந்த குழந்தைக்காகப் பார்டி கொடுத்தார் என்று சமாதானம் சொன்னார். அதன் பேரில் அந்த மைத்துனர் இன்னும் அதிக கோபங் கொண்டவராய், "முத்துராமலிங்க ஐயர், இரண்டாம் தரமொன்றை நமக்கெல்லாம் தெரியாமல் கலியாணம் செய்து கொண்டிருக்கிறாராம். அந்த தாரத்திற்குத்தான் ஆண் குழந்தை பிறந்ததாம், இதென்ன மோசம்!" என்று தன் தகப்பனாருக்குத் தந்தி கொடுக்க, அந்த தகப்பனார் மிகவும் கோபாவேசங்கொண்டவராய் முத்துராமலிங்க ஐயருக்கு,"இப்படி அநியாயம் செய்யலாமா?" என்று நான்கு பக்கம் கொண்ட ஒரு கடிதம் எழுத, அக்கடிதத்தை எடுத்துக்கொண்டு முத்துராமலிங்க ஐயர், நமது தீட்சிதர் வீட்டிற்குப் போய், 'நீர் செய்த வேடிக்கையின் பயனைப் பார்த்தீரா? என் மாமனார் இப்படி என்மீது வீணாகப் பழி சுமத்தியிருக்கிறாரே! இதனின்றும் நீர்தான் என்னைக்

காப்பாற்ற வேண்டும் மென்று வேண்டிக்கொள்ள நமது தீட்சிதர், மனம் மிகவும் இரங்கினவராய், அவரைச் சாமாதானம் செய்துவிட்டு, அன்று மாலை ரெயிலில் திருநெல்வேலிக்குப் புறப்பட்டுப்போய், அவரிடம் தான் செய்ததை யெல்லாம் கூறி, அவரைச் சமாதானப் படுத்திவிட்டு வந்தார்.

பதின்மூன்றாவது கதை

ஒரு நாள் நமது திட்சிதர் வீட்டில் சமாராதனை வந்தது. அதற்கு நான்னைத்து தினங்களுக்கு முன்பாகக் கும்பகோணத்திலுள்ள வைதீகப் பிராமணர்க ளெல்லாம். இவர் ஏதாவது குறுப்பு செய்து கொண்டேயிருக்கிறார், இவர் வீட்டுச் சுமாராத னைக்கு நாம் ஒருவரும் போகக்கூடாது என்று கட்டுப்பாடு செய்து கொண்டார்கள். இந்தச் சமாசாரம் நமது தீட்சிதர் செவிக் கெட்ட இவர் களுக்கெல்லாம் தக்கபடிப் புத்தி புகட்ட வேண்டுமென்று தீர்மானித்தவராய், உடனே கடைத் தெருவிற்குப் போய் ஐம்பது வெள்ளிப் பஞ்சபாத்திரங்களும் உத்தரணிகளும் செய்ய உத்தரவு கொடுத்து, அக்கடைக்காரனிடம் 'இவைகளெல்லாம் இந்தச் சனிக் கிழமை காலைக்குள் செய்து எங்கள் வீட்டிற்கு அனுப்ப வேண்டும்; அன்றைத் தினம் என் வீட்டில் சமாராதனை, அன்று வராமற்போனால் எனக்கு வேண்டாம்; பத்திரம் என்று கட்டளையிட்டு, "இதை ஒருவருக்கும் வெளியிடாதே! ரகஸ்யமாய் வைத்துக் கொள்! இல்லா விட்டால் இவ்வூரிலுள்ள வைதீகப் பிராமணர்களெல்லாம் என்னைப் பிய்த்து விடுவார்கள்" என்றும் சொல்லி வைத்தார்.

ரகஸ்யம் என்று சொல்லி வைத்தால்தான் இவன் இதை முக்கியமான எல்லோருக்கும் வெளியாக்குவான் என்பது நம்முடைய தீட்சிதர் கருத்து. அதன்படியே அந்தக் கடைக்காரன் வைதீகப் பிராமமணர்கள் ஒவ்வொருவருக்கும் இதைத் தெரிவித்து, 'இது ரகசியம் ஒருவருக்கும் தெரிவிக்காதீர்கள்!' என்று சொல்லி வைத்தான்.

தீட்சிதர் வீட்டுச் சமாராதனை தினம் காலை ஊரிலுள்ள வைதீகப் பிராம்மணர்களெல்லாம், நல்ல சாப்பாட்டுடன் இம்முறை நமக்கு வெள்ளிப் பஞ்சபாத்திரமும் உத்தரணியும் கூடக் கிடைக்கப் போகிறது என்னும் பேராசையால், நான் நீ என்று ஒருவர் மேல் ஒருவர் விழுந்துகொண்டு வந்து

சேர்ந்தனர். தீட்சிதர் தன் எண் ணம் கைகூடிற்றென்று எண்ணியவராய் முன்பு இவர் வீட்டிற்குப் போகக் கூடாதென்று தீர்மானித்துக்கொண்ட வைதீகர்களை பாத்திரம் பொறுக்கி எடுத்துக் கொண்டு, ஏனையோரை "இன்னொரு தடவை பார்த்துக் கொள்ளலாம்; இப்பொழுது மன்னியுங்கள்" என்று நல்லார்த்தை சொல்லியனுப்பி விட்டார்.

பிறகு சமாராதனை நடந்தது. போஜனத்திற்கு வந்த வைதீகர்களெல்லாம் உடகார்ந்த பொழுது, வெள்ளிப் பஞ்சபாத்திரங்களையும் உத்தரணிளையும் கொண்டுவந்து ஆளுக்கு ஒன்றாக, அவர்கள் இலையின் பக்கம் வைத்தார், வைதீகர்களெல்லாம் தாங்கள் எண்ணியபடிக் கிடைத்தது என்று சந்தோஷப்பட்டு அவருக்கு வழக்கத்தைவிட அதிகமாக ஆசீர் வாதம் செய்து விட்டுப் போஜனங்கொண்டனர்.

போஜனம் முடிந்தவுடன் அவைகளைச் சாப்பிட்ட கூடத்திலேயே வைத்துவிட்டு, புறக் கடைக்குக் கையலம்பச் சென்றனர். அவர்கள் அப்படிப் போனதும் தீட்சிதர் தன் ஆள் ஒருவனைவிட்டு அப்பாத்திரங்களையும் உத்தரணிகளையும் சேகரித்து அடுத்த ஓர் அறையில் வைக்கச் சொல்லி, அந்த அறைக்குக் காவலாக மகம்மதிய ஜவான் ஒருவனை ஏற்பாடு செய்து விட்டு, விரைந்து சித்தமாயிருந்த தன் வண்டியிலேறித் திருவிடை மருதூருக்குப் போய் விட்டார். வைதீகப் பிராம்மணர்களெல்லாம் கைகால்களைச் சுத்தி செய்து கொண்டு வந்து பார்க்க, பஞ்சபாத்திரங்களையும் உந்தாணிகளையும் வைத்த இடத்திற் காணோம். பிறகு அங்குமிங்கும் தேடிப்பார்க்க, பக்கத்தறையில் வரிசையாக வைத்திருப்பதைக் கண்டனர். அறைக்குக் காவலாகக் குறுக்கே கையில் தடியொன்றை வைத்துக்கொண்டு உலாவிக் கொண்டிருக்கும் தாடி ஜவானையும் கண்டனர். அவனை மீறிக்கொண்டு எப்படி அறைக்குள் நுழைவது என்று பயந்தனர். பிறகு அவர்களுள் திடச்சித்த முடையவர் ஒருவர், 'ஐயா, சாயபு, கொஞ்சம் ஒதுங்கு, உள்ளே போய் என் பஞ்சபாத்திரத்தை எடுத்துக்கொள்ள வேண்டும் என்று கேட்க,

"ரெ! பொம்மன்! நம்ப எஜமான் உந்தரவு பண்ணியிருக்க ரான்! ஒருத்தரும் உள்ளே உடக்கூடா திண்ணு! உள்ளே யாரானாலும் போனா கால் ஒடச்சிப்பூடராம் நம்பள்!" என்று பயமுறுத்தினான்.

அதன்பேரில் அத்தனை பெயரும் தீட்சிதரிடம் போய்ச் சொல்லிப் பார்க்கலாமென்று தீட்சிதரைத் தேட அவர் வண்டியேறி எங்கோ போய்விட்டதாகக் கேள்விப்பட்டனர். பிறகு கொஞ்ச நேரம் இருந்து பார்த்துப் பிரயோஜனமில்லை யென்று கண்டு தங்களுக்கெல்லாம் இப்படி நாமம் போட்டதற்காகத் தீட்சிதரை வைது கொண்டு வீடு போய்ச் சேர்ந்தனர். பிறகு இரண்டு மூன்று நாள் பொறுத்துத் தீட்சிதர் கும்பகோணம் வந்து சேர, அவரைக் கண்டு வைதீகப் பிராம்மணர்கள், "எங்களை யெல்லாம் இப்படி மோசம் செய்யலாமா? என்று முறையிட, நமது தீட்சிதர் "நீங்கள் மாத்திரம் என் வீட்டிற்கு வருவதில்லை என்று தீர்மானிக்கலாமா? இனியாவது சரியாக நான் கூப்பிடும் போதெல்லாம் வருகிறீர்களா?' என்று கேட்டு, அவர்களிடம் அப்படியே எப்பொழுது கூப்பிட்டாலும் வருவதாக வாக்கு வாங்கிக்கொண்டு, அவர்களுக்கு அந்தப் பஞ்சபாத்திரங் களையும் உத்தரணிகளைகளையும் கொடுத்தனுப்பினார்.

பதினான்காவது கதை

ஒரு சமயம் தஞ்சாவூர் ஜில்லாவில் ரெயில் பாதையில் ஒரு புதிய ஸ்டேஷன் ஏற்படுத்தினார்கள். அதற்கு ஒருவரை ஸ்டேஷன் மாஸ்டராக ஏற்படுத்தினார்கள். புதிதாய் ஏற்படுத்தப்பட்ட ஸ்டேஷனாகையால், ஸ்டேஷன் மாஸ்டர் தான் எல்லா வேலைகளையும் பார்த்துக் கொள்ள வேண்டியதாயிற்று. இப்படிப்பட்ட ஸ்டேஷன்களுக்குக் கொடி ஸ்டேஷன் என்று பெயர்; அதற்குத் காரணம் யாராவது அந்த ஸ்டேஷனில் ஏறுவதென்றாலும் இறங்குவ தென்றாலும், கொடியைக் காட்டி, வண்டித் தொடரை நிறுத்த வேண்டும்.

புதிய ஸ்டேஷன் மாஸ்டர், மேற்சொன்னபடிக் கொடியைக் காட்டி ரெயிலை நிறுத்தினார்; ஒருவரும் வண்டியில் ஏறவுமில்லை, இறங்கவுமில்லை. அச்சமயம் ரெயிலில் பிரயாணம் செய்துகொண்டிருந்த நம்முடைய தீட்சதர், ஸ்டேஷன் மாஸ்டரை அழைத்து, "என் வண்டியை நிறுத்தினீர்கள்" என்று கேட்க, அவர் வருத்தத்துடன், மேற்குறித்த வழக்கத்தைச் சொல்லி, "யாராவது ஏறவாவது இறங்கவாவது செய்வார்களா என்று ரெயிலை நிறுத்திப் பார்த்தேன். ஒருவரையும் காணோம்!" என்று சொன்னார் உடனே தீட்சிதர் தான் ரெயிலிலிருந்து இறங்கி, ஸ்டேஷன் மாஸ்டரைத் தானிருந்த வண்டிக்குள் ஏறச்சொன்னார். அவரும் ஏறினார். உடனே இறங்கச் சொன்னார். அவரும் இறங்கினார், இம்மாதிரி ஐந்தாறு முறை ஏறி இறங்கச் சொல்ல, ஸ்டேஷன் மாஸ்டர் சலித் துப்போனவராய், "எனையா இப்படி என்னை ஏறி இறங்கச் சொல்லுகிறீர்கள்?" என்று கேட்க, நமது தீட்சிதர் "என்னையா ஸ்டேஷன் மாஸ்டர்! இது தெரியவில்லையா? மாதக்கடைசியில் உங்கள் அதிகாரிகளுக்கு இந்த ஸ்டேஷனைப்பற்றி அறிக்கை செய்து கொள்ளும் பொழுது, இந்த ஸ்டேஷனில், இம்மாதம் அநேகம் பெயர், இரண்டாவது

வகுப்பில் ஏறி இறங்கி யிருக்கிறார்கள் என்று பொய் பேசாமல் உண்மையாய் நீங்கள் தெரிவிக்கலாமே!" என்று பதில் உரைத்தார்.

பதினைந்தாவது கதை

கும்ப கோணத்தில் நமது தீட்சிதருடைய தூர பந்து ஒரு வாலிபன் இருந்தான். அவன் கொஞ்சம் அதனப்பிரசங்கி; அவன் டைப் ரைட்டிங் பரீக்ஷையில் முதலாகத் தேறினதற்கான மிகவும் கர்வம் படைத்திருந்தான். அவனிடம் நமது தீட்சிதர் போய் "நீ டைப் ரைட்டிங்கில் மிகவும் கெட்டிக்கார னென்கிறாயே, நான் சொல்லும் படியான ஒரு வாக்கியத்தைத் தவறில்லாமல், சரியாக அப்படியே டைப் அடிப்பாயா?" என்று கேட்டார். வாலிபன் "கட்டாயமாய் அடிப்பேன்" என்று கூறினான். "நீ நான் சொல்லுகிறபடி எழுதத் தவறினால், ஒரு ரூபாய் எனக்குக் கொடுத்துவிட வேண்டும்" என்றார்.

அவன் அதற்கு, "கான் சரியாகத் தப்பில்லாமல் எழுதினால் நீங்கள் ஒரு ரூபாய் எனக்குக் கொடுத்துவிட வேண்டும்" என்றான். சரியென்று இருவர்களும் பந்தயம் போட்டுக் கொண்ட பின், தீட்சிதர் அவனை அவனது டைப் ரைட்டிங் மெஷினைக் கொண்டுவரச் சொல்லி, 'இதை டைப் அடித்துக் கொடு' என்று, "நான் நேற்று - நாய்ச்சியார் கோயிலுக்கு - என் மாட்டு வண்டி யில் போகும்பொழுது-வண்டிக்காரன் - மாடுகள் வேகமாய்ப் போகுமாறு செய்ய(இங்கு மூன்று முறை மாட்டு வண்டிக்காரர்கள் மாடுகளை ஓட்டும்போது செய்யும் ஒலியை வாயினாற் செய்து) என்று சப்தம் செய்ய - மாடுகள் வேகமாய்ப் பறந்தன!" என்று வாக்கியத்தைச் சொல்லி முடித்தார். மற்றவைகளை யெல்லாம் பர பர வென்று டைப் செய்துகொண்டு வந்த இளைஞன் அந்த மாட்டு வண்டிக்காரர்கள் செய்யும் சப்தத்தை டைப் செய்ய முடியாமல் திகைத்தான்!" இதை டைப் செய்ய முடியவில்லையே உன்னால், இதற்கு இவ்வளவு வாய் எதற்காக! பந்தயம் வைத்து ரூபாயைக் கொடு"என்று சொல்லி, அவனிடமிருந்து ஒருரூபாயை வாங்கிக் கொண்டு, கொஞ்நேரம் அவனுடன் பேசிக்கொண்டிருந்துவிட்டு,

"இனியாவது அதனப்பிரசங்கியா யிராதே அப்பா" என்று அவனுக்குப் புத்தி சொல்லி விட்டுப் போகும்பொழுது அவன் கொடுத்த ரூபாயுடன் தன்னிடமிருந்து ஒரு ரூபாயையும் சேர்த்து இரண்டு ரூபாயாக அவனுக்குப் பரிசு கொடுத்து அனுப்பினார்.

அன்று முதல் அந்த வாலிபன் தான் டைப் அடிக்கும் சக்தியைப்பற்றி அதிகமாகப் பேசுவதில்லை.

பதினாறாவது கதை

நமது தீட்சிதர் அக்கம் பக்கத்திலுள்ள கிராமங்களுக்கு அடிக்கடி போய் வரவேண்டியிருந்தபடியால், ஒரு மாட்டு வண்டியை வைத்திருந்தார். ஒரு முறை அந்த மாட்டை ஓட்டும் வண்டி என், விருதாவாக அம்மாட்டைத் தார்க்கழியால் குத்தினான் என்று அவன்மீது கோபித்தார். அந்தப் பையன், அதற்காகக் கோபித் துக்கொண்டு வேலையை விட்டு விலகிவிட்டான். சில வருஷங்கள் சென்ற பிறகு ஒருநாள் ஸ்வாமி மலையில் ஒரு சிநேகிதர் வீட்டுக் கலியாணத்தில் கச்சேரிக்கு நமது தீட்சிதர் போயிருந்தார். அச்சமயம், இதற்கிடையில் மாடு ஒட்டுந்தொழிலை விட்டு விட்டு, மிருதங்கம் வாசிக்கக் கற்றுக்கொண்ட அந்தப் பையன் தன் தமையன் புல்லாங் குழல் வாசிக்க, தான் பக்க வாத்தியமாக மிருதங்கம் வாசித்துக்கொண்டிருந்தான்.

அவன் இவரைக் கண்டு, கர்வங்கொண்டவனாய்த் திரும்பியும் பாராது வாசித்துக் கொண்டிருந்தான். கச்சேரி முடிந்தவுடன் கலியாண வீட்டுக்காரர் அவ்விருவர்களுக்கும் செய்ய வேண்டிய சன்மானத்தை நமது தீட்சிதர் கையில் கொடுத்து அவர்களுக்குக் கொடுக்கச் சொல்ல, தீட்சிதர் அவர்களுக்கு அச்சன்மானத்தைக் கொடுக்கும் பொழுது, அவ்விருவருள் தமயனைப் பார்த்து "பலே! நன்றாக ஊதியிருக்கிறாய்!" என்று சொல்லிக் கொடுத்தார். (வாஸ்தவத்தில் அவன் கொஞ்சம் ஸ்தூல சரீரமுடையவன்!) பிறகு மற்றவனைப் பார்த்து, "மாடு உயிரோடிருக்கும் பொழுது அதன் தோல் உரிய அடித்தாய், இருந்த பிறகும் அதன் தோலை நன்றாய் நகத்தித்தள்ளி விடுகிறாயே!" என்று அவன் பூர்வோத்திரத்தைக் குறிப்பிட்டுச் சொன்னார். உடனே அவன் தீட்சிதருக்கு நமஸ்காரங் செய்து, "நான் ஏதாவது தப்பு செய்திருந்தால் மன்னிக்க வேண்டும்!" என்று குறிப்பாய் வேண்டினான். பிறகு தீட்சிதர் சரிதான் என்று அவனை மன்னித்துவிட்டார்.

பதினேழாவது கதை

ஒரு முறை நமது தீட்சிதர் ஒரு சவுகாரிடம் கடன் வாங்கும் படி நேரிட்டது. சொன்ன தவணைப்படி கடனைத் தீர்க்கமுடியாமற் போனபடியால், சவுக்கார், கொடுத்த கடனுக்கு இரட்டிப்பாகப் பத்திரம் எழுதிக்கொடுத்தால் பொறுப்பதாகக் கூற, அதற்கு நமது தீட்சிதர் இசையவில்லை. அதன்மீது அந்த சவுகார் கோர்ட்டில் தாவா செய்ய, நமது தீட்சிதர், 'கொஞ்சம் பொறுத்துக்கொள்; உன் கடனைப் பைசல் செய்து விடுகிறேன்' என்று சொல்லியும் கேளாதவனாய், டிக்கி வாங்க, தீட்சிதர் அவன் மீது கோபம் கொண்டு "ஆகட்டும்! இவனை இழுத்தடிக்கவேண்டும்!" என்று தீர்மானித்து அப்பொழுதும் பணம் கொடாமலிருக்க சவுகார் அவரை வாரண்டில் பிடித்து சிவில் ஜெயிலில் அடைத்து வைத்தான். அப்பொழுதும் தீட்சிதர் சளைக்கவில்லை.

அதன்மீது சவுகார் மறுநாள் அவரை ஜெயிலில் போய்ப் பார்த்து, "என்னா சாமி! உங்கள்கு கஷ்டம், நம்பள்கு நஷ்டம் வைக்கிறீங்கோ. இப்பவாவது குடுத்தூடுங்கோ!" என்று வேண்டினான். அதன் பேரில் தீட்சிதர் மனமிரங்கினவர் போல் பாவித்து, "சவுகார்! ஒன்றுக்கும் பயப்படாதீர்கள்! இப் பொழுது ஒரு யோசனை செய்திருக்கிறேன். அதனால் உமக்கும் லாபம், எனக்கும் நல்லது!" என்று சொல்ல, சவுகார் மனம் மாறினவனாய், தனக்கு ரூபாய் கிடைத்துவிடும் என்றெண்ணி மிகவும் சந்தோஷத்துடன், "ரொம்ப சந்தோசம் சாமி! அத்தெ சொல்லுங்க' என்று கேட்டான்.

அதன் பேரில் நமது தீட்சிதர், "இதோ பார் சவுகார், இப்பொழுது என் சாப்பாட்டிற்காக தினம் எட்டணா கொடுத்துக்கொண்டு வருகிறாயல்லவா? என்னை வெளியே விட்டு விடு; மாதம் பதினைந்து ரூபாய் உனக்கு மிகுதியாகிவிடும். அதில் பாதி ரூபாய் உன் கடனுக்குச் செல்லு வைத்துக்கொள்: பாதி ரூபாயைக் எனக்குக்

கொடுத்துவிடு. இல்லை; வேண்டு மென்றால், பத்து ரூபாய் கடனுக்குச் செல்லு வைத்துக்கொள், எனக்கு ஐந்து ரூபாய் கொடுத்துவிடு.

"இப்படி மாத மாதம் செய்துகொண்டே வந்தால், உன் கடனும் தீர்ந்து விடுகிறது; எனக்கும் மாதம் ஐந்து ரூபாய் லாபம் கிடைக்கிறது." என்று கூறினார். இதைக் கேட்டவுடன் ஒரு பக்கம் மிகுந்த ஆத்திரம் ஏற்பட, சவுகாருக்கு அடங்காச் சிரிப்பும் வந்தது. அவன் சிரிப்பதைப் பார்த்து நமது தீட்சிதர், "ஏன் சவுகார் சிரிக்கமாட்டாய்! உன் கடனை வசூலிக்கும் மார்க் கத்தை அறிந்து கொண்டாயல்லவா?" என்று கூறித்தானும் நகைத்தார்!

பிறகு சவுகார் இதேது அடங்காப் பிடாரி,என்று, "சாமி! என் பேர்லே கோபம் வாணாம். உங்களை ஜெயிலிலிருந்து விட்டுடச் சொல்றேன்; எப்படியாவது பெரிய மனசு பண்ணி என் பாக்கியே கொடுத்தூடுங்க!" என்று வேண்ட, "சரிதான். இதை முன்பே செய்கிறதுதானே!" என்று அவனி ம் சொன்னார். சவுகார் அதிகாரிகளுக்குச்சொல்லி, அவரை ஜெயிலிலிருந்து விட்டு விடும்படிச் செய்தான். பிறகு நமது தீட்சிதரும் அவன் கடனைத் தீர்த்துவிட்டார்.

பதினெட்டாவது கதை

ஒரு சமயம் நமது தீட்சிதர் ஏதோ வேலையாகத் தமது மாட்டு வண்டியில், இராச் சாப்பாட்டிற்குப் பின் மாயவரம் போக வேண்டி வந்தது. அச்சமயம் இவரது எதிர் வீட்டுக்காரர் தானும் தன் மாட்டு வண்டியில் புறப்பட்டு, தீட்சிதரிடம் வந்து, "நானும் மாய வரம் போக வேண்டியிருக்கிறது; என் வண்டிக்காரன் கொஞ்சம் தூங்கு மூஞ்சி; ராத்திரியில் சரியாக ஓட்டமாட்டான். ஆகையால் உங்கள் வண்டியின் பின்னால் விடச் சொல்லுகிறேன்" என்று தெரிவித்தார்.

இதற்கு முன் ஏதோ ஒரு விஷயமாக இவர்மீது கோபங் கொண்டிருந்த நமது தீட்சிதர், இவரைக் கோட்டா பண்ணவேண்டு மென்று தீர்மானித்து, "அதற்கென்ன ஆட்சேபனை?" என்று பதில் உரைத்தார். உடனே கும்பகோணத்திலிருந்து இரண்டு வண்டிகளும் புறப்பட்டன. தீட்சிதர் மாட்டு வண்டி முன்பாகவும், எதிர் வீட்டுக்காரர் வண்டி பின்பாகவும் பாதிவழி போவதற்குள்ளாகப் பின் வண்டிக்காரனும் அவனது எஜமான்னும் தூங்கிவிட்டார்கள்.

பெரும்பாலும் வண்டி மாடுகளின் சுபானம் என்னவென்றால், முன்னால் ஒரு வண்டி போய்க் கொண்டிருந்தால் பின்வண்டி மாடுகளெல்லாம், வண்டிக்காரர்கள் ஓட்டாமலே அதனுடன் போய்க் கொண்டிருக்கும். நமது தீட்சிதர் இரண்டொரு முறை தன் குரலைக் கொடுத்துப் பார்த்து, எதிர்வீட்டுக்காரரும் அவரது வண்டிக்காரனும் நன்றாய்த் தூங்குகிறார்கள் என்று அறிந்தவராய், தன் வண்டியை நிறுத்தச் சொல்லி, தன் வண்டிக்காரனிடம், பின் வண்டியை வந்த வழியில் திருப்பிக் கும்பகோணம் போய்ச் சேரும்படி மெல்லத் திருப்பிவிடச் சொன்னார். அவனும் சந்தடி செய்யாமல், பின் வண்டியை மெல்லக் கும்பகோணம் பக்கம் திருப்பிவிட்டான். அச் சமயம் கும்பகோணத்திற்குப் போகும் ஒரு மாட்டு வண்டிவர, அதன் பின்னால் எதிர் வீட்டுக்காரர் வண்டியைப் போகச் செய்து

விட்டு, தன் வண்டியிலேறிக் கொண்டு மாயவரத்திற்கு அதை ஓட் டிச்சென்றான்.

எதிர் வீட்டுக்காரரர் வண்டி மெல்லக் கும்பகோணம் போய்ச் சேர்ந்தது. வழியில் அந்த மாட்டு வண்டிக்காரன் விழித்துக்கொண்டு பார்க்க, முன்னால் ஒரு வண்டி போவதைக் கண்டு, "சரிதான்; நாம் இன்னும் சுகமாய்த் தூங்கலாம்" என்று நினைத்து உறங்கி விட்டான். அவன் வண்டி எந்தப் பக்கம் போகிறதென்று தூக்கத்தில் கவனிக்கவில்லை. பொழுது பலபலவென்று விடிந்தது. எதிர் வீட்டுக்காரரர், "ஏண்டா, இன்னும் மாயவரம் வந்து சேர வில்லையா ?" என்று கேட்டுக் கொண்டே எழுந்து பார்த்தார். தன் வண்டி கும்பகோணம் பெரிய வீதி வழியாகப் போய்க் கொண்டிருப்பதைக் கண்டார்! தன் வண்டிக்காரனைக் கோபித்து எழுப்ப, அவனும் கும்பகோணம் வந்து சேர்ந்திருப்பதைக் கண்டு திகைத் தான்! பிறகு எதிரில் போய்க்கொண்டிருக்கும் வண்டிக்காரனை, என்ன சமாசாரம்?" என்று கேட்க, அவன் மூலமாகத் தீட்சிதர் செய்த சூதை யறிந்தார்.

பத்தொன்பதாவது கதை

நமது தீட்சிதருக்கு சீட்டாடுவதில் அதிகப் பிரியமுண்டு. சாதாரணமாக ஞாயிற்றுக்கிழமைகள் தோறும் தன் வீட்டில் சீட்டுக்கச்சேரி வைப்பார். பத்துப் பன்னிரண்டு சிநேகிதர்கள் மத்தியானத்திற்குமேல் வந்து சாயங்காலம்வரை சீட்டாடிக்காலம் கழிப் பார்கள். அப்படி ஆடும்பொழுது சாதாரணமாகப் பணம் பந்தயம் வைத்தாடுவார்கள்.

இவ்வாறு அழைக்கப்பட்ட தீட்சிதருடைய நண்பர்களுள் இருவர் மாத்திரம் பணம் வைத்துச் சீட்டாடுவதற்கு இசையாது பிரத்யேகமாய் உட்கார்ந்துகொண்டு 'அவுட்' என்னும் ஆட்டம் ஆடி வந்தார்கள். காசுவைத்து ஆட்டம் ஆடாமற் போனாற் போகிறது. இவர்களுக்கு இந்த 'அவுட்' ஆட்டத்தில் இவ்வளவு பிரீதி என்ன என்று கொஞ்சம் ஆச்சரியப்பட்டவராய் நம் தீட்சிதர் ஒருநாள் அவர்களிருவரும் பிரத்யேகமாய் இந்த 'அவுட் ஆட்டம் ஆடும் இடத்திற்குப் போய் உட்கார்ந்தார். அவ்விருவர்களும் கொஞ்சம் வயதாகி நல்ல 'சாலேஸ்ரம்' முதிர்ந்தவர்கள். சமயம் பார்த்து அவ்விருவரும் ஏதோ பராக்காயிருக்கும் பொழுது அவர்கள் ஆடிக் கொண்டிருந்த சீட்டுக் கட்டினின்றும்,ஸ்பேட் ராஜா, டைமன் ராணி, இரண்டையும் மெல்ல எடுத்து ஒளித்து வைத்துக் கொண்டு வந்து, தன் மற்ற நண்பர்களுடன் உட்கார்ந்து வழக்கம் போல் பிடியாட்டம் ஆட ஆரம்பித்தார்; இவர் இப்படிச் செய்த பிறகும், அவ்விருவரும் இரண்டு மூன்று ஆட்டங்கள் ஆடிக்கொண்டிருந்தனர்!

இதென்னடா விந்தையாயிருக்கிறது! இரண்டு முக்கியமான சீட்டுகள் அதிலும் ஒருராஜா ஒரு ராணி இல்லாமல், இவர்கள் எப்படி அவுட்' ஆட்டம் ஆடுகிறார்கள்? என்று ஆச்சரியம் கொண்டவராய், தன் கைச்சீட்டை புதிதாக வந்த ஒரு நண்பரிடம் கொடுத்து விட்டு, மறுபடியும் அவர்களிடம் போய் உட்கார்ந்தார். உட்கார்ந்தவர் அவர்கள் அச்சமயம்

ஆடிய ஆட்டம் முடிந்தவுடன், தன் ஜேபியில் ஒளித்து வைத்திருந்த ஸ்பேட் ராஜாவையும் டைமன் ராணியையும், வெளியில் எடுத்துக் காட்டி, "இந்த இரண்டு சீட்டுகளும் இல்லாமல், எப்படி நீங்கள் இரண்டு மூன்று ஆட்டங்களாக ஆடி வருகிறீர்கள்?" என்று கேட்டார்! அதன் பேரில் அவர்களில் ஒருவர், மற்றொருவரைப் பார்த்து, "அப்படியானால் இந்த ஆட்டத்தில் ஸ்பேட் துருப்பாயித்தே அதில் நாற்பது என்னமாகச் சொன்னீர்?" என்று கேட்டார். அவர், இவரைப் பார்த்து, "போன ஆட்டத்தில் டைமன் துருப்பாயிருந்ததே, நீங்கள் என்னாத் டைமன் ராணி யில்லாமற் நாற்பது சொன்னீர்கள்? என்று திருப்பிக் கேட்டார்.

இது தவிர அவுட் ஆட்டத்தில், 108 கணக்காகும் படி, என்னமாக அவ்விரண்டு சீட்டுகளும் இல்லாமல் மூன்று நான்கு ஆட்டங்களில் கணக்கு வைத்தார்களோ, அது ஸ்வாமிக்குத் தான் தெரியும். ஒரு வேளை நமது தீட்சிதருக்குத் தெரியுமோ என்னமோ!

இருபதாவது கதை

ஒருமுறை நமது தீட்சிதர் சென்னைக்கு வந்திருந்தார். அச் சமயம் பீபில்ஸ்பார்க் வேடிக்கையில் பந்தல்கள் தீப்பற்றிச் சுமார் 500 பெயர்கள் மாண்டனர். மறுநாள் காலை, சின்னக் கோர்ட்டில் உத்திரியாகமாயிருந்த சிவராமஐயர் என்ற ஒருவர் தீட்சிதர் இறங்கியிருந்தவருடைய வீட்டிற்கு வந்தார். அந்த வீட்டுக்காரரர் கோர்ட்டில் ஒரு பெரிய உத்யோகத்திலிருந்தார். அவரிடம் வந்த சிவராம ஐயர், நேற்றுராத்திரி பார்க்கில் தீப்பற்றியதில் சுமார் 500 பெயருக்கு மேல் இறந்து விட்டார்களாமே" என்று கேட்டார். அதற்கு அந்த வீட்டுக்காரர் "ஆமாம், மிகுந்த துக்ககரமான சமாசாரம்" என்று பதில் உரைத்தார்.

உடனே சிவராம ஐயர் தமது மனதில் கொஞ்சு மேனும் வருத்தமென்ப தில்லாதவராய், "அதில் நம்முடைய ஆபிசிலிருப்பவர்களில், எனக்கு மேலான உத்தியோகஸ்தர்கள் யாராவது மாண்டார்களா? உங்களுக்குத் தெரியுமா?" என்று வினவி "அதெல்லாம் எனக்குத் தெரியாது; நீங்கள் போய் வாருங்கள் என்று அவருக்கு விடைகொடுத்தனுப்பிவிட்டு, வீட்டுக்காரரர் தன் பக்கத்திலிருந்த நமது தீட்சிதரிடம் "இந்த மனிதன் துர்ப் புத்தியைப் பார்த்தீரா! பட்டணத்தில் எத்தனையோ குடும்பங்கள் பந்துக்களை இத்தீயில் பறிகொடுத்துவிட்டு, எங்கு பார்த்தாலும் துக்கித்தவண்ணமிருக்கிறார்கள். இவன் என்ன வென்றால், கோர்ட்டில் தனக்கு மேலிருக்கும் உத்யோகஸ்தர்களில் யாராவது மாண்டால் தனக்கு புரொமோஷன் கிடைக்குமே என்று இவ்விடம் வந்து விசாரிக்கிறான். மற்றவர்கள் மடிந்தால் இவனுக்குச் சந்தோஷம் போலும்!" என்று தெரிவித்தார். அதன் பேரில் நமது தீட்சிதர், சரி ஆகட்டும் இம்மனிதனுக்குத் தக்க புத்திமதி போதிக்க வேண்டுமென்று, சிவராமருடைய வீட்டின் நம்பர்,

தெரு, உத்யோகம் எல்லாவற்றையும் விசாரித்தறிந்து தன் புத்தகத்தில் குறிப் பிட்டுக்கொண்டு, சமயம் பார்த்திருந்தார்.

சில நாட்கள் கழிந்த பிறகு, ஒருசமயம் சிவராம ஐயர் தன் சம்சாரத்துடன் திருநெல்வேலிக்கு ஒரு கலியாணத்திற்காகப் போயிருந்தார். அச்சமயம் அங்கிருந்த தன் சிநேகிதர் ஒருவருக்கு உண்மையை யெல்லாம் எழுதி, அவர் மூலம் சென்னபட்டணத்தில் சிவராம ஐயர் வீட்டிலிருக்கும் அவரது பந்துக்களுக்கு அவர் வாந்திபேதியில் மடிந்ததாக ஒரு தந்தி அனுப்பி வைத்தார். இதைப்பார்த்ததும் அவரது பந்துக்க ளெல்லாம் குய்யோ முறையோ என்று அழத் தொடங்கினர்.

மறு நாட்காலை சிவராம ஐயர் தன் சம்சாரத்துடன் வீடு போய்ச் சேர, அங்கு அவரது பந்துக்களெல்லாம் துக்கித்துக் கொண்டிருப்பதைக் கண்டார். என்னவென்று விசாரித்து, வந்த தந்தியைக் கொண்டு வரச்சொல்லி யார் இவ்வாறு கோரமான குறும்பு செய்திருக்கக் கூடும் என்று அவர் யோசித்துக் கொண்டிருக்கும் சமயத்தில், நமது தீட்சிதர் அகஸ்மாத்தாய் அவரைப்போய்ப் பார்ப்பவர் போல் பார்த்தார். அப்பொழுது சிவராம ஐயர், "பாருங்கள் தீட்சிதர்வாள்! நான் உயிருடனிருக்கும் பொழுதே எனது விரோதிகள் இம்மாதிரிச் செய்திருக்கின்றனர்!" என்று முறையிட்டார்.

அதற்கு நமது தீட்சிதர் "ஐயர்வாள், நீங்கள் யாருடைய சாவையாவது கோரினீர் களோ என்னவே, அதனால் மற்றவர்கள் உங்களுடைய சாவை இவ்வாறு கோரும்படியாக நேரிட்டிருக்கலாம்" என்று கூறி புத்தி புகட்டினர்.

இருபத்தொன்றாவது கதை

கும்பகோணத்தின் பக்கத்தில் கொட்டையூர் என்னும் ஓர் கிராமம் உண்டு. அவ்விடத்தில் நமது தீட்சிதருடைய சிநேகிதர் ஒருவர் இருந்தார். அவரது பெயர் ஆ. பாதவராயர், ஆனால் ஆமவடை ராயர் என்று தீட்சிதர் அவருக்குக் காரணப் பெயர் வைத்திருந்தனர். அதற்குக் காரணம் இதை வாசிப்பவர்களுக்கு எழுதாமலே தெரியலாம்; அந்த ராயருக்கு ஆமவடையின் மீது அவ்வளவு பிரியம்.

சிறுவயது முதல் அந்தப் பட்சணத்தை அதிகமாய்ப் புசித்துப் புசித்து, மிகுந்த ஸ்தூல சரீரமுடையவரானார். அவருடைய இடுப்பிற்கு பெல்ட் வாங்க வேண்டுமென்றால், சாதாரணமாகக் கடைகளில் கிடைக்களது; சொல்லித்தான் புதியதாய்ச் செய்ய வேண்டும். இந்த ராயர் அதிகத் திண்டியினால், தேகம் அதிக ஸ்தூலமாகியம், திண்டியை குறைத்தவரன்று. இவருக் கெப்படியாவது ஒரு முறை புத்தி வரும்படிச் செய்ய வேண்டு மென்று கருத்தினவராய் தீட்சிதர் ஒரு சமயம் தன் வீட்டில் தன் குமாரனுக்கு ஆண்டு நிறைவு வந்த சமயம், தனது நண்பர்களை யெல்லாம் விருந்திற்கு அழைத்தார். மற்றவர்களுடன் ராயர் அவர்களும் கொட்டையூரிலிருந்த அவருக்கென்று செய்யப்பட்ட இரட்டை இருசு வண்டியிலேறி, கும்பகோணத்தில் தீட்சிதர் வீட்டிற்கு வந்து சேர்ந்தார். காலையில் ஆயுஷ் ஹோமம் நடக்கும் பொழுதே, தனது விருந்தாளிகளிடமெல்லாம் ஆமவடை செய்வதில் கைதேர்ந்த சென்னபட்டணத்து சுயம்பாகி ஒருவனை வர வழைத்திருப்பதாயும், அந்தப்பட்சணம் செய்வதில் அவனுக்கு மேம்பட்டவர்கள் சென்னை ராஜதானியிலேயே இல்லையென்றும் தெரிவித்தார். இதைக் கேட்கக் கேட்க ராயர் அவர்களுக்கு நாவில் ஜலம் ஊற ஆரம்பித்து விட்டது. சாப்பாட்டிற்கு இலை போட இன்னும் ஒருமணி சாவகாசம் இருக்கும் பொழுது

தீட்சிதர், ராயர் மற்றுமுள்ள சிநேகிதர்கள் எல்லாரும் உட்கார்ந்து வேடிக்கையாகப் பேசிக்கொண்டிருக்கும் பொழுது, நமது தீட்சிதர் உரக்க தன் வேலையாளைக் கூப்பிட்டு, "அடே நேற்று வயித்தியர் கொண்டுவந்து கொடுத்தாரே அந்த மாத்திரை புட்டியைக் கொண்டுவா" என்று உத்திரவு செய்தார்.

வேலைக்காரனும் மாத்திரை நிறைந்த ஒரு புட்டியைக் கொண்டுவந்து கொடுக்க, அதிலிருந்து ஒரு மாத்திரையை எடுத்து வாயிற் போட்டுக் கொண்டு கொஞ்சம் தீர்த்தம் சாப்பிட்டு அதை விழுங்கி விட்டார். வந்திருந்த சிநேகிதர்கள் அது என்ன மாத்திரை என்று வினவ, 'இதில் ஒரு மாத்திரை சாப்பிட்டால் அதன் பிறகு எவ்வளவு உணவை வேண்டுமென்றாலும் புசித்து ஜீரணித்து விடலாம்' என்று பதில் உரைத்தார். அதன்பேரில் அங்கிருந்த போஜனப் பிரியர்கள் ஆளுக்கொரு மாத்திரை வாங்கிச் சாப்பிட்டார்கள். நம்முடைய ராயர், விருந்தில் ஆமவடைகளை அதிகமாய்ச் சாப்பிடவேண்டு மென்னும் அவாவினால் தனக்கு இரண்டு மாத்திரை கொடுக்கும்படி வேண்டினர். "உங்களுக்கு இரண்டு மாத்திரை கொடுத்தால் என்னால் உங்களுக்கு சாப்பாடு போட்டு முடியாது, வேண்டுமென்றால், இருக்கும் மாத்திரைகளுக்குள் பெரியதாயிருப்பதைக் கொடுக்கிறேன்" என்று சொல்லி இவருக்குக் கொடுக்கவென்று முன்னதாகவே ஏற்பாடு செய்து அப்புட்டியில் வைத்திருந்த ஒரு பெரிய நேர்வாள மாத்திரையைக் கொடுத்தார், ராயரும் இச்சூதினை அறியாது அதை வாங்கி விழுங்கிவிட்டார். ஒரு மணி நேரத்திற்கெல்லாம் அந்த நேர்வாள மாத்திரை தன் சுபாவத்தைக் காட்ட ஆரம்பித்து விட் டது. சாப்பாட்டிற்கு இலை போடுவதற்குள், ஐந்தாறு முறை ராயர் அவர்கள் புறக்கடைக்குப் போகவேண்டி வந்து விட்டது. பந்தி போஜனத்திற்கு மற்றவர்களெல்லாம் கை கழுவிக் கொண்டு உட்காரப் போனபோது ராயர் அவர்கள், பேதியினால் களைத்துப் போய் ஒரு அறையில் படுத்துவிட்டார்.

இதை அறிந்த நமது தீட்சிதர், ஒன்றும் தெரியாதவர் போல் அவரிடம் சென்று, "ஏன், ராயரே, சாப்பிட வரவில்லையோ? அந்த சுயம்பாகி அந்த ஆமவடையை என்ன சொகுசாகப் பண்ணியிருக்கிறான் தெரியுமோ? கொஞ்சம் மாதிரி பார்த்தேன், அடடா! இதுவரையில் என் ஜன்மத்தில் அதை போலச் சாப்பிட்டதேயில்லை, இனிமேல் சாப்பிடப் போகிறது மில்லை யென்று நினைக்கிறேன். வாருங்கள் ராயரவாள் ஜமாய்த்து விடலாம்! எழுந்திருங்கள்!" என்று தட்டி எழுப்பினார்.

"ராயர் என்ன செய்வார் பாபம்!" தீட்சிதரவாள் என்னைக் கொஞ்சம் மன்னிக்கவேண்டும்! இன்று நான் அந்த ஆமவடைகளைச் சாப்பிடும் பாக்கியம் கிட்டவில்லை; ஏதோ அஜீர்ணமாயிருக்கிறது. எனக்கு மிகவும் களைப்பாயிருக்கிறது. என்னை என் வண்டியிற் போட்டு என் ஊருக்கு எப்படியாவது அனுப்பிவிடுங்கள். இன்னொரு முறை வந்து உங்கள் வீட்டில் விருந்து சாப்பிடுகிறேன்!" என்று சொல்லி விடை பெற்றுக் கொண்டு தன் வீடுபோய்ச் சேர்ந்தார். அவர் உடம்பு சுவஸ்தமாக மூன்று தினங்கள் பிடித்தது. அதுவரையில் அவர் பட்டினி கிடக்க வேண்டி வந்தது.

இருபத்திரண்டாவது கதை

சென்னையில் வைகுண்டவாத்தியார் வீதியென்று ஒருவீதி யிருக்கிறது. அது சென்னை வாசிகளுக்கெல்லாம் நன்றாய்த் தெரியும், ஆயினும் அவ்வீதிக்கு பெயர் வைகுண்டவாத்தியார் வீதி யென்று ஏற்பட்டது என்பது மாத்திரம் ஆயிரத்திலொருவருக்குக் கூடத்தெரியாது.

நமது தீட்சிதர் காலத்தில் அந்த வீதியில் ஒரு வயதான பிராம்மணர் இருந்தார். அவருக்கு ஜீவனம் எப்படி யென்றால், யாராவது இறந்து போனால், உடனே அய்யருக்கு இறந்த வருடைய பந்துக்கள் தெரிவித்தால், அவர்களிடம் நான்கணா வாங்கிக்கொண்டு, இறந்தவர் பெயரை ஒரு ஓலையில் எழுதி அதன் கீழ் இவரை வைகுண்டத்தில் சேர்த்துக் கொள்ள வேண்டும் எழுதிக் கொடுத்து விடுவார். இதை நம்பும் ஜனங்களால், முக்கியமாக வைஷ்ணவர்களால், இவருக்கு ஜீவனோபாயம் கிடைத்து வந் தது; அதுவும் ஆடிமாசத்தில் அதிகலாபம் நமது வைகுண்ட வாத்தியாருக்கு.

இதை சென்னையில் வந்திருந்த பொழுது ஒரு முறையறிந்த நமது தீட்சிதர் "இறந்துபோனவர் எவ்வளவு பாபம் செய்திருந்த போதிலும் நாலணா கொடுத்து வைகுண்டத்தில் ஒரு இடம் பெறுவதென்றால் என்ன மூடத்தனமாயிருக்கிறது. இந்த மூட புத்தியை எப்படியாவது அகற்ற வேண்டு மென்று எண்ணினவராய் ஒரு நாள் மார்கழி மாதம் காலை தான் துவாதச நாமம் பூண்டவராய், தனது சிநேகிதர் சிலரையும் அப்படியே பூணும்படிச் செய்து திருவெண்பாவை பாடிக்கொண்டு, பெருங்கோஷ்டியாய் இந்த வைகுண்ட வாத்தியார் வீட்டிற்கு வந்து "வாத்தியார் அவர்கள் உள்ளே யிருக்கிறாளோ?" என்று வினவினார் பஜனை கோஷ்டி இங்கு நிற்கவே, பெருங்கூட்டமும் கூடியது.

வைகுண்ட வாத்தியார் யாரோ தன்னைக் காண வந்திருக்கிறார்களென்று பரபரப்புடன் வெளியில் வர நமது தீட்சிதர் "தாங்கள் தானே வைகுண்ட வாத்தியார்?" என்று வினவி அவர் ஆம் என்று ஒப்புக்கொள்ள "தங்களுக்கு, ஸ்ரீமந் நாராயணனிடமிருந்து ஒரு திருமுகம் வந்திருக்கிறது! அதைப் பெற்றுக்கொள்ள வேண்டு" மென்று சொல்லி, பட்டு வஸ்திரத்தில் மடித்து வைத்திருந்த ஓர் மஞ்சள் பூசிய ஓலைச் சுருளை எடுத்து அவர் கையில் மிகவும் விநயத்துடன் கொடுத்தார்.

வைகுண்ட வாத்தியாரும் இதென்னடா ஆச்சரியமாக யிருக்கிறது! என்று அதை மரியாதையுடன் வாங்கிக்கொண்டு, கண்களில் ஒத்திக்கொண்டு, பெற்றார். பாபம்! எழுபது வயதுக்கு மேற்பட்டவரானபடியால் படிக்க முடியாது திகைக்க, நமது தீட்சிதர் "வாத்தியார் அவாள், உங்களுக்கு சிரமம் வேண்டாம் நான் படித்துக் காட்டுகிறேன்" என்று சொல்லி அச்சுருளைப் பிரித்து அடியில் வருமாறு படித்தார்.

"நமது பக்த கிரோமணியாகிய வைகுண்ட வாத்தியார் அவர்களுக்கு நமது கிருபையால் சகல மனோபீஷ்டங்களும் நிறைவேறுமாக!இப்பவும் இதனால் உமக்குத் தெரிவிப்பதென்னவென்றால் தற்காலம் வைகுண்டத்தில் ஜீவகோடிகள் அதிகமாய் நிறைந்திருக்கிறபடியால் மிகவும் நெருக்கமாயிருக்கிறது. இனிமேல் உங்கள் ஆயுள் பர்யந்தம் வைகுண்டத்திற்கு ஒருவரையும் அனுப்பாமலிருக்கும்படி உத்திரவு செய்கிறோம். இனிமேல் ஒருவருக்கும் வைகுண்டத்திற்கு நீங்கள் சிட்டு கொடுக்காமலிருக்க வேண்டும்!" என்று உரக்கப்படிக்க இதைக் கேட்ட யாவரும் கொல்லென்று நகைத்து விட்டனர்.

வைகுண்ட வாத்தியார் நடந்ததை யறிந்தவராய் சரேலென்று தன் வீட்டிற்குள் நுழைந்து தெருக்கதவைச் சாத்திக் கொண்டனர். பஜனை கோஷ்டி யும் கும்பலாய்ச் சேர்ந்த ஜனங்களும் கலைந்தனர். அதன் பிறகு வைகுண்ட வாத்தியார் வைகுண்டத்திற்கு சீட்டு கொடுப்பதையும் விட்டனர்.

இருபத்தி மூன்றாவது கதை

ஒரு சமயம் கோடைகாலத்திற்காக நமது தீட்சிதர் அவர்கள் குற்றாலம் போய் ஒரு மாதம் இருந்து விட்டு கும்பகோணம் திரும்பி வந்தார். வந்தவுடன் தான் வெளியூருக்குப் போயிருந்த சமயத்தில் உள்ளூரில் என்ன விசேஷம் என்று விசாரிக்க, பத்து பதினைந்து நாளாக ககும்பகோணத்தில் மலையாள பகவதி மந்திரக்காரன் பேச்சு தவிர வேறு பேச்சே கிடையாது, எங்கே பார்த்தாலும் மந்திர வித்தையின் பேச்சுதான் என்று கேள்விப்பட்டார். இது யாராடா அவன், ஊரெல்லாம் அவனது காபுராவேபெரிதாயிருக்கிறது, என்று மெல்ல விசாரிக்க ஆரம்பித்தார். அதன் பேரில் பலர் அவரிடம் அவனது பெருமையைப் பற்றியும் மந்திர வல்லமையைப் பற்றியும் தெரிவித்தார்கள்.

அவன் ஜாலவித்தை, செப்பிடுவித்தை, யட்சிணி வித்தை, குட்டிசைத்தான் ஏவல்,முதலியவைகளில் மிகவும் பெயர் போனவன் என்று எல்லோரும் மிகவும் ஆச்சரியத்துடன் புகழக் கேட்கவும்,ஜாலவித்தை செப்பிடுவித்தை யெல்லாம் கிடக்கட்டும், மந்திரவித்தையினால் என்ன செய்கிறான் சொல்லுங்கள் என்றுவிசாரித்தார். கூரை வீடுகள் திடீரென்று தீப்பற்றச் செய்கிறான், வீட்டில் நான்கு பக்கத்திலிருந்து திடீரென்று அகஸ்மாத்தாய் கற்கள் விழு கின்றன, அவனது மந்திர உச்சாடனத்தால் என்று சிலர் சொல்ல, அதை நானும் செய்வேன் மந்திர உச்சாடனமில்லாமலே, கேவலம் மந்திர பலத்தினால் அவன் என்ன செய்கிறான் என்று வற்புறுத்திக் கேட்க, சில சமயங்களில் வயிற்றினுள் சூரிகத்தியினால் கீறி, குடலை வெளியில் எடுத்து, பிறகு மறுபடியும் இருந்த இடத்தில் வைத்து விட்டு, மூடிவிடுகிறான் ஐந்து நிமிஷங்களுக்குள்ளாக, பிறகு பார்த்தால் அவன் கத்தியினால் குத்தியது கூட கூட தெரியாமல் மறைந்து போகிறது, என்று கேள்விப்பட்டு மிகவும் ஆச்சரியப்பட்டவராய்

இதனுண்மையை நாம் அறியவேண்டுமென்று தீர்மானித்து இதைப் பற்றி கூறிய எல்லா கும்பகோண வாசிகளிடம் போய் விசாரித்தார். அதைப்பற்றி பேசியவர்களெல்லாம் அந்த மலையாள பகவதி மாந்திரீகன் இதைச் செய்கிறான் என்று கூறினார்களே யொழிய ஆழ்ந்து விசாரிக்குமிடத்து ஒருவராவது அவன் அப்படிச்செய்ததை நேராகப் பார்த்ததாகச் சொல்லவில்லை; யாரைக்கேட்டபோதிலும் "நான் நேரிற் பார்க்காவிட்டாலும் என் தம்பி பார்த்தான், தமயன் பார்த்தான், மைத்துனன் பார்த்தான், சிநேகிதன் பார்த்தான் என்று பதில் கூறுகின்றவர்களாயிருந்தார்களேயொழிய கண்ணால் நேரிற் கண்டதாக ஒருவரும் கூறவில்லை.

"கண்டறிந்தாரைக் கேட்டறிந் தோமில்லை" என்று பரமசிவத்தைப்பற்றி ஒரு தொண்டர் கூறியது போலிருக்கிறதே, இதனுண்மையை எப்படியாவது அறிய வேண்டுமென்று ஊக்கம் கொண்டவராய், இன்னும் ஆராயத் தொடங்கினார். கடைசியாக ஒரு சிநேகிதர் தான் நேரிற்பார்த்தேன் என்று சொல்ல, அப்பா! ஒருவராவது நேரிற் பார்த்தவர் கிடைத் தாரே யென்று சந்தோஷித்தவராய், அவரிடம் ஒரு நாள் சாயங் காலமாய் அவகாசமிருக்கும் பொழுது நீ நேரிற் பார்த்ததை சவிஸ்தாரமாகச் சொல்லென்று கேட்டார்.

அதன் பேரில் அந்த நண்பர் பத்து பன்னிரண்டு நாட்களுக்கு முன்னதாக நம்முடைய போர்டர் ஹாலுக்கு எதிரிலுள்ள மைதானத்தில் ஒரு ஆயிரம் ஜனங்கள் கூடியிருந்தார்கள்; என்ன கும்பலாகயிருக்கிறதென்று பார்க்கப் போனேன்; அப்பொழுது இந்த மலையாள பகவதி மாந்திரீகன் ஒவ்வொன்றாக தன் மந்திர வித்தைகளையெல்லாம் காட்டிக்கொண்டு வந்தான், தவிட்டை சர்க்கரையாக்கினான், உமியைப் புஷ்பங்கள் ஆக்கினான், என்று ஒவ்வொன்றாக அவன் ஜாலவித்தையை சொல்லத் தொடங்கினார். அதன் பேரில் நமது தீட்சிதர் பொறுக்காமல் "அது கிடக்கட்டும் ஆட்டடா பூசாரி" என்பது போல இதை யெல்லம் விட்டு அவன் வயிற்றில் குத்திக்குடலை எடுத்து மறுபடியும் தைத்து

விட்டக்கதையைச் சொல்லுங்கள் என்று கேட்க - கடைசியாக இருட்டுகிற சமயத்தில் அந்த வித்தையையும் காட்டினான்" என்று சொல்ல அப்படி மொத்தமாகச் சொன்னால் எனக்குப் போதாது, சுவிஸ்தாரமாய் நீர் நேரில் கண்ணாரக்கண்டதை மாத்திரம் உண்மையாக ஒன்றும் விடாமல் சொல்லும் என்று வேண்டிக் கொண்டார்.

அதன் மீது அந்த நண்பர் அந்த மாந்திரீகன் கூட்டத்திலிருந்த ஒரு பையனை வரவழைத்து தன் எதிரில் நிற்கச் சொல்லி ஒரு தரம் மந்திரங்கள் எல்லாம் சொல்லி, கடைசியாக சில சமித்துகளைக் கொளுத்தி அக்கரியினின்றும் ஓர் விதமை தயார் செய்து அதனால் அச்சிறுவனுடைய வயிற்றில், குடலைக் குத்தி யெடுக்கப் போகிற இடத்தில் நான்கு பக்கமும் அம்மையினால் ஏதோ மந்திர எழுத்துக்கள் எழுதிவிட்டு, மறுபடியும் ஏதோ மலையாள மந்திரங்களை உச்சாடனம் செய்து தனது சூரிக்கத்தியைக் கையினால் எடுத்துக்கொண்டு, பெருங்குரலாக "இதோ நான் இப்பையனுடைய குடலைக்குத்தி எடுக்கப் போகிறேன் இதைக்கண்டு பயப்படுபவர்கள் யாராவது இங்கிருந்தால், அவர்கள் எல்லாம் உடனே அப்புறம் போகும்படி கேட்டுக்கொள்ளுகிறேன்!" என்று கூச்சலிட்டான்.

அதன்பேரில் காத்திருந்த ஜனங்களெல்லாம் "ஐயா! மந்திரவாதி! வேண்டாம் வேண்டாம்" என்று வேண்டிக்கொண்டு அவர் அப்படி செய்யாதிருப்பதற்காக பலர் கால் ரூபாய், அரை ரூபாய் இப்படியாகக் கொடுத்தனர்; அதன்பேரில் மந்திரவாதி மனமிரங்கினவனாய் செய்யாது விட்டு இன்னொருவேளை இந்த வித்தையைக் காட்டுகிறேன் என்று சொல்லிவிட்டு விரித்திருந்த குட்டையில் வீழ்ந்து கிடந்த காசையெல்லாம் கட்டிக்கொண்டு போய் விட்டான்" என்று சொல்லி முடித்தார்.

இதென்னடா! கடைசியில் இதுவும் ஆங்கிலத்திலுள்ள மூன்று காக்கை கதையாக முடிந்ததே ! என்று சொல்லி நகைக்க, இவருக்கு இதைச் சொல்லிய நண்பருக்குக் கோபம் பிறந்து

"நான் சொன்னால் நம்பமாட்டேன் என்கிறீர் அந்த மலையாள மாந்திரீகனை நேரில் வரவழைத்து உமக்கு இவ் வித்தையைச் செய்து காண்பிக்கச் சொல்லுகிறேன் - என்ன பந்த யம்?" என்று கேட்டார். அப்படிச் செய்து காட்டுவதானால் அந்த மலையாள பசுவதி மாந்திரீகனுக்கு ஐந்து ரூபாய், உமக்குப் பத்து ரூபாய். அப்படி அவர் செய்து காட்டா விட்டால், இந்தப்பதினைந்து ரூபாயையும் நீர் எனக்குக் கொடுத்து விடவேண்டும்!" என்று நமது தீட்சிதர் பந்தயம் போட்டுக்கொண்டார்.

பிறகு நமது தீட்சிதருடைய நண்பர் அந்த மலையாளத்தானுடன் பேசி ஒருநாள் ஏற்பாடு செய்து கொண்டு அவனை தீட்சிதர் வீட்டிற்கு அழைத்து வந்தார். தீட்சிதர் தனது வீட்டிலுள்ள ஆடவர், குழந்தைகள் முதலிய எல்லோரையும் பக்கத்து வீட்டிற்கு அனுப்பிவிட்டு, தான், மலையாள மாந்திரீகன், தனது நண்பர் ஆகமூலருமாக தன் வீட்டின் மேல்மாடிக்குப்போய்ச் சேர்ந்தார். உடனே முன்பே அவர் பேசிவைத்த அவரது மைத்துனனாகிய வைத்திய பரீட்சைக்குப் படிக்கும் 21 வயதுடைய வாலிபன் ஒருவனை தன் பக்களில் வரவழைத்துக் கொண்டார். பிறகு மலையாள மாந்திரீகனை நோக்கி, இந்து பிள்ளையாண்டான் வயிற்றிற்குத்தி அவனது குடலை எடுத்துக் காட்டும் என்று சொன்னார்.

அம்மாந்திரீகனும் அரை மணி சாவகாசம் ஏதோ மந்திர செய்து தீ மூட்டி சமித்துகளைக் கொளுத்தி அந்த கரியைக் கொண்டு, மை செய்து பிள்ளையாண்டான் வயிற்றில் நான்கு புறம் குறிகள் செய்து, தன் இடுப்பில் வைத்திருந்த சூரிகத்தியை எடுத்து பெரிய ஆடம்பரத்துடன் உச்சாடனங்களுடன் குத்துவது போல் குத்தினான்! குத்தினவுடன் பிள்ளையாண்டான் எப்படி யிருக்கிற தெனக்கேட்ட தீட்சிதருக்கு, ஆங்கிலத்தில் ஏதோ கத்தி கொஞ்சம் உள்ளே நுழைந்தது போல் தான் இருக்கிறது. என்று பதில் சொன்னான். உடனே மலையாளத்தான் "என்ன சொல்லுகிறீர்கள்? நன்றாய் முழுவதும் குத்திக் குடலை எடுப்பதா?" என்று பயமுறுத்திக்

கேட்க, தீட்சிதர் கொஞ்சம் சந்தேகப்பட்டவராய் தனக்காக தன் மைத்துனன் ஆனியிற்படுவது தர்மமல்ல வென்றெண்ணி, "வேண்டாம் நிறுத்தும்" என்று சொல்ல மலையாளத்தான் சூரிகத்தியை வாங்கிக்கொள்வதுபோல் வாங்கிக்கொண்டு, அது பட்ட இடத்தில் ஒரு துளி ரத்தம் காண அதைக்கை விரலினால் அமுக்கித் துடைத்து விட்டான்.

உடனே தீட்சிதர் இதைக்கண்டு தன் மைத்துனனை ஆங்கிலத்தில் "கத்தி உள்ளே நுழைந்திருந்தால் ஒரு துளிரத்தம் தானோ வரும்?" என்று வினவ, அவனும் "இதில் ஏதோ சூது இருக்கிறது! இதன் காபுரா செய்து கூச்சலுடன் வயிற்றிற் குத்திய பொழுது ஏதோ அது நுழைந்ததாகத்தான் அட்சணம் எண்ணினேன், இப்பொழுது, இருப்பதைப் பார்த்தால் அது நுழையவேயில்லை யென்று நினைக்கிறேன்,கொஞ்சமாவது நுழைந்திருந்தால் ரத்தம் பெருகியிருக்குமே!" என்று ஆங்கிலத்தில் பதில் உரைக்க, நமது தீட்சிதர் திடசித்தராய், இதை எப்படியாவது தாமே ஆராய்ந்து பார்க்க வேண்டுமென்று தீர்மானித்தவராய் மலையாளத்தானைப் பார்த்து இந்தா இன்னொரு ஐந்து ரூபாய்,என் வயிற்றிற் குத்தி என் குடலை எடுத்துக்காட்டு என்று சொல்லிவிட்டு, நான் காட்டும் இடத்தில் குத்துவாயா" என்று வினவ அவனும் பொருளாசையால் ஆகா என்று ஒப்புக்கொண்டான்.

உடனே தன்னிருதயம் இருக்குமிடத்தைக்காட்டி அங்கே குத்தி என் குடலை எடு என்றார். "அப்படியே செய்கிறேன் நீங்கள் ஒன்றும் பயப்படே கூடாது" என்று எவ்வளவோ பயமுறுத்திப்பார்த்தான். நமது தீட்சிதர் இதற்கெல்லாம் பயப்படும் ஆசாமி பா? இவர் எதற்கும் சலிய மாட்டார் என்று கண்டறிந்தவுடன் மலையாள மாத்திரீகன் இனிந்து ஜெபம் சாயாது என்று கண்டவனாய், உடனே அவர் பாதங்களில் விழுந்து "ஸ்வாமி ஸ்வாமி! என்னை நீங்கள் மன்னித்துக் காப்பாற்ற வேண்டும்! ஏதோ எனக்குத் தெரிந்த சில ஜாலவித்தைகளை வைத்துக்கொண்டு, ஜனங்களை ஏமாற்றி நான் வயிறு வளர்த்து வருகிறேன், என் சமாசாரத்தை வெளியில் இழுத்து விடாதீர்கள், என் மானத்தைக்

காப்பாற்றுங்கள்!' என்று மிகவும் வேண்டிக்கொள்ள நமது தீட்சிதர் மனமிரங்கினவராய் "சரிதான் அப்படியே ஆகட்டும், ஆனால் இனி இந்த ஊரில் பிழைக்கவேண்டாம்! வேறு எந்த ஊருக் காவது போய் பிழை; இங்கு திரும்பி வராதே மறுபடியும்!" என்று சொன்னார்.

அன்றிரவு கும்பகோணத்தை விட்டுப் போனவன் அவன் ஆயுள் பரியந்தம் அந்தப்பக்கம் அவன் திரும்பவேயில்லை.

இருபத்திநான்காவது கதை

கும்பகோணத்திற்கு அருகாமையில் திருவிடைமருதூர் என்கிற திவ்ய சேஷத்திரமொன்றிருக்கிறது. அவ்வூரில் தாதலிங்க முதலியார் என்று ஒரு சிறு மிராசுதார் இருந்தார். அவர் கலியாணமாகி தன் மனைவியுடன் வாழ்ந்து வரும் நாளில், அவர் தமக்கையாகிய துர்க்காம்பாள் என்கிற ஸ்திரீ துர்ப்பாக்கியத்தினால் கணவனை இழந்து விதவையாகி, இவர்கள் வீட்டிற்கு வந்து சேர்ந்தார்கள். தாதலிங்க முதலியார் மனைவி புத்திசாலியான பெண், தன் கணவன் வரவுக்குத் தக்கபடி சிலவு செய்து சம்சாரத்தை நடத்திவரும் குணமுடையவளாயிருந்தாள்; இந்த துர்க்கம்பாளுக்கு இது சம்மத மில்லை, எந்நேரமும் அபரிமிதமாய் செலவழித்து தின்று வயிறு வளர்க்க வேண்டுமென்று மெண்ணமுடையவர்கள்.

இதற்கு தாதலிங்க முதலியார் மனைவி இணங்காததால் இருவருக்கும் எந்நேரமும் பெரும் போராட்டமேற்பட்டது. தாதலிங்க முதலியார் என்ன செய்வார் பாபம்! ஒரு பக்கம் மனைவி, மற்றொரு பக்கம் விதவையான தன் சொந்த தமக்கை; யார் பக்கம் பேசினாலும் மற்றவர்களுக்கு கோபம். ஆகவே இப்போராட்டத்தில் தலையை நுழைத்துக் கொள்ளாதிருந்தார். துர்க்காம்பாள் திடீரென்று ஒரு நாள் பிசாசுபிடித்தது போல் ஆட ஆரம்பித்தாள்!

வீட்டிலுள்ளவர்கள் எல்லாம் பயந்து போனார்கள்; இந்த பிசாசு என்ன செய்வதென்றால் ஒரு சிறு துடப்பத்தை எடுத்துக்கொண்டு பக்கத்திலிருப்பவர்களை யெல்லாம் அடிப்பது போல் அமர்ந்து "எனக்கு என் சரியாப் பூசை போடுவதில்லை! சரியாகப் போடுகிறீர்களா இல்லையா?" என்று பயமுறுத்தும். பிசாசு அடிக்கிற அடியானது பெரும்பாலும் தாதலிங்க முதலியார் மனைவி மேல்விழும் தாதலிங்க முதலியாரும் அவரது மற்றபந்துக்களும்

இதைக்கண்டு பயந்துபோய், இந்தப் பிசாசை, "நீ யாரம்மா?" என்று வணக்கத்துடன் கேட்க "நான் யார் என்று தெரியாதா உங்களுக்கு? நான் தான் லோகாம்பாள்! லோகாம்பாள்!" என்று கத்தியது.

லோகம்பாள் என்பது தாதலிங்க முதலியார் தாயாரின் பெயர். அதன் பேரில் மறு அமாவாசை தினம் அந்த பிசாசுக்கு பெரும் படையல் எல்லாம் போட்டு பொங்கலிட்டு வடை பட்சணங்கள் எல்லாம் செய்து பூஜைபோட்டார்கள். அதை யெல்லாம் நமது பிசாசு பிடித்த துர்க்காம்பாள் வயிறு நிரம்ப சாப்பிட்டு வந்தார்கள். இவ்வாறு மாதத்திற்கு கொருதரம் இரண்டு மாதத்திற்கு ஒரு தரம் இந்த பிசாசு வரும். மறுநாள் படையல் போட்டவுடன் பிசாசு தணிந்து விடும். எத்தனை நாள் இந்த ஹிம்சையை தாதலிங்க முதலியார் மனைவி பொறுத்துக் கொண்டிருப்பாள்!

மெல்ல தனக்கிருக்கும் சந்தேகத்தை தன் கணவனிடம் கூற, அவரும் சந்தேகப் பட்டவராய், அவர் இதற்கு என்ன செய்வது என்று தோன்றாதவராய், தன் நண்பராகிய நமது தீட்சிதர் இடம் போய் முறையிட்டார். தீட்சிதர் ஒரு முறை அந்தப் பிசாசு துர்க்காம்பாள் மீது ஆவேசம் வந்தபொழுது கவனித்துப் பார்த்து இதெல்லாம் சூது என்று அறிந்தவராய் இதைத் தடுக்க வேண்டுமென்று யோசித்தார்.மெல்ல தாதலிங்க முதலியாரிடமிருந்து அவரது தகப்பனார் பெயர் அகத் தீஸ்வர முதலியார் என்பதைக் கேட்டுக்கொண்டார். மறு முறை அந்த பிசாசு ஆவேசம் வந்த க்ஷணம் தனக்குத் தெரிவிக்கும்படி சொல்லிவிட்டு தன்வீடு போய்ச் சேர்ந்தார். அப்படியே மறுமுறை துர் க்காப்பாள் பேரில் 'லோகம்பாள்' பிசாசு வந்தவுடன் சைட்காருள்ள ஒரு மோட்டார் சைகிலை அனுப்பி தாகலிங்க முதலியார் நமது தீட்சிதர் அவர்களை வேகமாய் தன் வீட்டிற்கு வரவழைத்தார். முதலியாருடைய வீட்டின் வாயிலில் நுழையும் பொழுதே நமது தீட்சிதர் தலை மயிரை விரித்து போட்டுக்கொண்டு தன் சொக்காயைக் கிழித்துக்கொண்டு "ஆ! ஹா ஹா ஹா! எங்கே எங்கே லோகாம்பாள்! லோகாம்பாள்?' என்கிற பயங்கர தொனியுடன்

தானும் ஓர் பிசாசு பிடித்தவர் போல் ஆடிக்கொண்டு வந்தார். துர்க்காம்பாள் உடபட விட்டிலிருந்தவர்களெல்லாம் இவரைக் கண்டு நடுங்கிப் போயினார்.

உடனே அங்கிருந்த ஒரு ஒட்டடைக் கொம்பைக் கையி லெடுத்துக்கொண்டு "ஆஹா! லோகாம்பாள்! லோகாம்பாள்! முதல் திவசத்தின் போது, எனக்கு நைவேத்யமாவதற்குள் வடை முதலிய பணியாரங்களை யெல்லாம் ருசிபார்த்தாயல்லவா!" என்று அக்கொம்பினால் தோளின் பேரில் இரண்டடி வைத்தார்! "இல்லை! இனி மேல் செய்யவில்லை" என்று லோகாம்பாள் பிசாசு கத்திற்று.

அதன்பேரில் கொஞ்சம் ஆவேசம் தணியவே, அங்கிருந்தவர்களெல்லாம் கர்ப்பூரத்தை யேற்றி இவருக்கு நமஸ்காரம் செய்து "நீங்கள் யார் தெரிவிக்கவேண்டும்" என்று வேண்ட, "ஆஹா! இன்னும் உங்களுக்கு நான் இன்னார் என்று தெரியவில்லையா? நான் தான் அகத்தீஸ்வார்!" என்று முதலியாரின் தகப்பனார் பெயரைச் சொல்ல, அங்கிருந்தவர்களெல்லாம் (துர்க்காம்பாள் உட்பட) அவர் பாதத்தில் நமஸ்கரிக்க, துர்க்காம்பாளைப் பார்த்து "லோகாம்பாள்! ஞாபகமிருக் கட்டும்! இனி என்னுடைய உத்திரவில்லாமல் இந்த வீட்டில் அடியெடுத்து வைக்காதே!" என்று பயங்கரமான குரலுடன் சொன்னார்.

துர்க்காம்பாளும் "இல்லை!இல்லை! இனி! இங்கு வரு வதேயில்லை" என்று கூறினாள். கொஞ்சம் பொறுத்து நமது தீட்சிதர், தன்னைப் பிடித்திருந்த பிசாசு விட்டதுபோல் பாசாங்கு செய்து, மூர்ச்சையாகிக் கீழே விழுந்தவர் போல் விழுந்து, சற்று நேரத்திற்கெல்லாம் கண் விழித்துப் பார்த்து "ஆ நான் எங்கிருக்கிறேன்?- கும்பகோணத்திலிருந்து இங்கு எப்பொழுது வந்தேன்?" என்று தன் சொந்த குரலுடன் நடந்த தொன்றும் தெரியாதவர் போல் கேட்டார். அங்கிருந்தவர்கள் நடந்ததைத் தெரிவிக்க, "அப்படியா! எனக்கொன்றும் ஞாபகமில்லை. உம்- என்ன ஆச்சரியம்!" என்று

சொல்லிவிட்டு கோழித்திருடி கூடக்குலாவினான்'' என்பது போல் அங்கிருந்தவர்களுடன் கலந்து கொண்டார்.

இது நடந்த பிறகு சில வருஷங்கள் வரையில் அந்த ஊரில் யாருக்கும் பிசாசு வர வில்லை யென்று கேள்வி. பிறகு பன்முறை நமது தீட்சிதர் தாத லிங்க முதலியாரைப் பார்க்கும் பொழுதெல்லாம் "என்ன முதலியார், உங்கள் வீட்டு லோகாம்பாள் பிசாசு எப்படி யிருக்கிறது?" என்று வினவுவது வழக்கம். அவர் அதற்கு "அகத்தீஸ்வர முதலியார் பிசாசு கொடுத்த பூசையில் அது இனி என் திரும்பிப்பார்க் கிறது!" என்று பதில் சொல்வது வழக்கம்.

இருபத்தைந்தாவது கதை

ஒரு முறை கும்பகோணம் முனிசிபல் கவுன்சிலில் அருகிலுள்ள ஸ்மசானத்தை வேறொரு இடத்திற்கு மாற்றவேண்டுமென்கிற விஷயம் மும்மரமாய் வாதிக்கப்பட்டது. ஒரு கட்சிக்காரர் அதை பட்டணத்திற்கு இரண்டு மயில் தூரத்திலுள்ள ஓர் இடத்திற்கு மாற்ற வேண்டுமென்று வாதித்தனர்; மற்றொரு கட்சிக்காரர் இருந்த விடத்திலேயே இருக்கவேண்டும். அதை மாற்றலாகாது, என்று மன்றாடினர். கும்பகோணவாசிகளில் பெரும்பாலார் இருந்த விடத்தை விட்டு மாற்றக் கூடாதென்னும் அபிப்பிராய முடைய வராயிருந்தனர்; ஆயினும் கவுன்சிலில், மெம்பர்களாயிருந்த இரண்டு மகம்மதியர்களும் ஒரு ஆங்கில துரையும், மாற்றவேண்டுமென்கிற கட்சியைச் சார்ந்தபடியால் மாற்றவேண்டுமென்னும் அபிப்பிராய முடையவர்கள் பக்கம் தான் ஜெயமாகும்போலிருந்தது.

அதன் பேரில் கும்பகோணவாசிகளெல்லாம் ஒரு பெருங் கூட்டம் போட்டு, அநேக வருஷகாலமாய் ஓரிடத்தில் இருந்த ஸ்மசானத்தை மாற்றக்கூடாதென்று ஆட்சேபிக்க வேண்டுமென்று தீர்மானித்தார்கள். அதற்கு எதிர்கட்சிக் காரர்களையும் வரவழைத்து அவர்களுடைய நியாயங்களையும் கேட்க வேண்டுமென்று தீர்மானித்தார்கள். அக்கூட்டத்திற்கு நமது தீட்சிதரை வரும்படி மாற்றக்கூடாதென் னும் கட்சிக்காரர்கள் கேட்டுக் கொண்டனர். நமது தீட்சிதரும் ஆகட்டும் என்று ஒப்புக்கொண்டார். ஒருநாள் பெருங் கூட்ட மொன்று கூடப்பட்டது. ஏராளமாக இரு கட்சிக்காகவும் ஜனங்கள் வந்து சேர்ந்திருந்தனர். அக்கிராசனாதிபதியாக ஒரு பெரிய மனிதர் தேர்ந்து எடுக்கப்பட்டார். அவர் கலகம் ஒன்று மில்லாதபடிக்கு, முன்பு மாற்றக்கூடாது என்னும் கட்சியின் சார்பாக மூன்று பெயர் பேசு வேண்டுமென்றும், பிறகு

மாற்றவேண்டும் என்னும் கட்சியின் சார்பாக மூன்று பெயர் பேசவேண்டுமென்றும் தீர்மானித்து, கடைசியில் தான் இரண்டு பக்கத்தினுடைய பலா பலன்களைப் பற்றி பேசிய பின்னர், வந்திருந்த பொது ஜனங்கள் ஓட் *(Vote)* எடுக்க வேண்டுமென்று தீர்மானித்தார். அதன் பேரில், மாற்றக் கூடாதென்னும் கட்சிக்காரர்கள் இருவர் பேசிய பிறகு, மூன்றாவதாக நம்முடைய தீட்சிதரைப் பேசும்படி கேட்டார். நமது தீட்சிதர் அடியிற்கண்டவாறு பேசினார்.

"அக்கிராசனாதிபதியவர்களே, சபையோரே! நான் எடுத்துப் பேசவேண்டுமென்று வைத்திருந்த நியாங்களையெல்லாம் எனக்கு முன்பாகப் பேசிய இரண்டு பெரிய மனிதர்கள் பேசி விட்டார்கள். ஆகவே உங்கள் சாவகாசத்தை நான் எடுத்துக்கொள்ள எனக்கிஷ்டமில்லை. ஆயினும், இனி எதிர்கட்சியில் பேசவேண்டியவர்கள் மூன்று பெயர்கள் இருக்கிறார்கள், செட்டியார் ஒருவர், சாய்பு ஒருவர், தபால் ஆபீஸ் உத்தியோகஸ்தர் வெள்ளைக்காரர் ஒருவர், அவர்கள் ஒவ்வொருவரையும் ஒவ்வொரு கேள்வி கேட்க விரும்புகிறேன். அதற்கு உத்தரவளிக்க வேண்டும்" என்றார்.

அதன் மீது அக்கிராசனாதிபதியும் அம்மூவர்களும் அதற்கு உடன் படவே, செட்டியாரை மேடையின் மீது வரச் சொல்லி, தன் ஜேபியிலிருந்து நான்குவிதமான, மிளகாய் வற்றல்களை மேடையின் மீது வைத்து "செட்டியார் அவர்களே, இந்த நான்கு தினுசு மிளகாய் களில் எது முதல் தரமானது என்று தயவுசெய்து சொல்லுங்கள்?" என்று கேட்க, செட்டியார் அவைகளைப் பார்த்து இதுதான் முதல் தரமானது என்று ஒரு தினுசைக் காண்பித்தார். பிறகு சாயபு அவர்களை வரவழைத்து, அவரிடம் நான்கு தினுசு தோல்களைக் கொடுத்து அவற்றுள் முதல்தரமானதை பொறுக்கி எடுக்கச் சொன் னார். சாயபும் அவைகளை ஆராய்ந்து பார்த்து ஒன்று முதல் தரமானது என்று குறிப்பித்தார். இதற்குள் வந்திருந்த ஜனங்களுள் மிகுந்த புத்திகூர்மையுடைய சிலர் நகைக்கடை ஆரம்பித்தனர்.

கடைசியாக போஸ்டு ஆபீசு துரையவர்களை வரவழைத்து "ஐயா துரையவர் களே, உங்கள் ஆபீசில் எவ்வளவு பளுவான வஸ்துவானாலும் போஸ்ட் ஸ்டாம் ஒட்டிப் போட்டால் உடனே மேல்விலாசப்படி சேர்த்து விடுவீர்களல்லவா, எவ்வளதூர மாயிருந்தாலும் ?" என்று கேட்க அவரும் நமது தீட்சிதர் சூதையறியாது "எஸ்" *(yes)* என்று ஒப்புக்கொண்டார்.

உடனே நமது நீட்சிதர் "மஹா ஜனங்களே! நான் உங்களுக்குச் சொல்லவேண்டியது வேறொன்றுமில்லை! மிளகாய் முதலிய பல சரக்குகளைப்பற்றி உங்களுக்கு அபிப்பிராயம் வேண்டுமானால், நமது மளிகைச் செட்டியாரைக் கேட்டுத் தெரிந்து கொள்ளுங்கள்; அதில் அவர் மிகவும் தேர்ச்சி பெற்றவர்; தோல் வியாபாரத்தில் மிகவும் கெட்டிக்காரரான சாய்பு அவர்களிடமிருந்து தோல்களைப்பற்றி ஏதாவது தெரியவேண்டுமானால் கேட்டுக்கொள்ளுங்கள்.

முனிசிபல் விஷயங்களைப்பற்றி அவர்களைக் கேட்பதில் என்ன பிரயோஜனம்?-அன்றியும் கும்பகோணத்தில் யாராவது இறந்து போனால் இங்கிருந்து இரண்டு மயிலுக்கப்பால் வைக்க எண்ணி யிருக்கிற ஸ்மாசானத்திற்கு அதைத் தூக்கிக் கொண்டு போவதைவிட, அதற்குரிய பொஸ்ட் ஸ்டாம்புகளை அந்த பிணத்தின் நெற்றியிலோ முதுகிலோ ஒட்டி தபாலாபீசில் சேர்த்து விட்டால் நம்முடைய தபாலாபீஸ் துரையவர்கள் அந்த ஸ்மசானத்திற்குக் கொண்டு போய்ச் சேர்த்து விடுவார்!" என்று கூறி முடித்தார்.

உடனே அங்கிருந்த ஜனங்கள் சிரித்த சிரிப்பினால் அருகிலுள்ள ஆலமரத்து இலைகளெல்லாம் உதிர்ந்து போயிற்று என்று சொல்லுகிறார்கள்; அது எவ்வளவு உண்மையோ எனக்குத் தெரியாது, இதுமாத்திரம் உண்மையென எனக்குத் தெரியும். ஸ்மசானத்தின் இடத்தை மாற்றுகிற விஷயம் முனிசிபல் கவுன்சிலில் வந்த பொழுது எல்லோரும் ஒரு மிக்க மாற்றக்கூடாது என்று தீர்மானித்தார்கள்.

இருபத்தியாறாவது கதை

நமது தீட்சிதர் ஒரு சமயம் சென்னைக்கு வந்திருந்தார். அக் காலம் சென்னையில் பழைய ஜட்காவண்டிகள் துடிக்கொண்டிருந்த சமயம். ஒரு நாள் சாயங்காலம் ஏதோ குஜிலி கடையில் சிலசாமான்களை வாங்கிக் கொண்டு, அங்கு அருகாமையில் இருந்த ஒரு ஜட்கா வண்டியில் ஏறிக்கொண்டு, ஜட்கா வண்டிக்கார சாயபுனை, திருவல்லிக் கேணிக்கு ஓட்டும்படி கேட்டார். அந்த சாயபு ஏதோ நாட்டுப்புறத் தான், வாடகை பேசாமல் ஏறிக்கொண்டான் என்று சந்தோஷப் பட்டவனாய் "சாமி, திருமல் கேடிகி பொவ எட்டணா கொடுக்கணும்' என்றான். நமது தீட்சிதர் "என்ன சாயபு? சாதாரணமாய்க் கொடுக்க வேண்டிய சத்தம் 4 அணா தானே, 4 அணா கொடுக்கிறேன் ஓட்டு" என்றார். அதற்கு அந்த சாயபு "அதெல்லாம் ஒதவாது சாமி, நாலணா சார்ஜெல்லாம். உங்க பாட்டென் காலத்திலே யிருந்துது, இப்போ இல்லே, எட்டணா குடுத்தா நம்பொ ஒட்ராங்கோ, இல்லாப்போனா நீ கியெ ஏறங்கறான்" என்றான். அதைக்கேட்டவுடன் நமது தீட்சிதருக்குக் கோபம் வந்தும் இவனுக்கு நல்ல புத்தி வரும் படி செய்யவேண்டுமென்று தீர்மானித்தவராய், கோபத்தை அடக்கிக்கொண்டு மௌனமாயிருந்தார்.

ஜட்காவண்டி சாய்பு ஒரு முறை இரண்டு முறை கீழே இறங்கும்படி அதட்டியும், இவர் ஒன்றும் பதில் சொல்லாமல் நான்கு பக்கமும் பார்த்துக் கொண்டிருந்தார். அதன் பேரில் அந்த சாயபுக்குக் கோபம் வந்து "அரே நாட்டுப் பொறித்து பாப்பான்! செவுதி இருக்கிறான்! கியே எறங்க சொல் நான், நீ சும்மா இருக்கிறான்!" என்று திட்டிப்பார்த்தான். அதற்கும் நமது தீட்சிதர் ஒன்றும் சளையவில்லை,மௌனமாயிருந்தார். அதன் பேரில் அந்த துலுக்கனுக்கு அடங்காக் கோபம் உண்டாகி '"அரே! பொம்மன்! நீ எரங்காபோனா நம்பொ போலீஸ் சார்ஜ் பண்ணுவான்!" என்று கூவிப்பார்த்தான்.

அதற்கும் நமது தீட்சிதர் பதில் ஒன்றும் சொல்லாதவராய் தன் மடியிலிருந்து வெற்றிலை பாக்கை எடுத்து மெல்ல போட்டுக்கொள்ள ஆரம்பித்தார் வண்டிக்குள் இருந்தபடியே. அதன்மீது சாயபு குதிரையின் லகானைப் பிடித்து வண்டியை அருகிலுள்ள போலீஸ்டேஷனுக்கு இழுத்துக் கொண்டுபோய் அங்கிருக்கும் சப் இன்ஸ்பெக்டர் இடம் கம்பிளேயின்ட் பண்ணினான்.

அதன் மீது அந்த சப் இன்ஸ்பெக்டர் வெளியில் வந்து ஜட்காவண்டியின் அருகிற் போய் "ஓய்! அய்யரே! ஏன் வண்டியை விட்டு இறங்கமாட்டேன் என்கிறீர்?" என்று கேட்டார்; நமது தீட்சிதர் வெற்றிலை பாக்கை மென்றுகொண்டே "இன்ஸ்பெக்டர் அவாள், சாயபுவையே கேட்டுப்பாருங்கள்" என்றார். அதைக்கேட்ட சாயபு மிகவும் கோபத்துடன் "இன்ஸ்பெக்டர் சாமி! இந்த பொம்மன் என்னா செய்தான், நான் இஸ்டாண்டில் (Stand) என் வண்டியை நிறுத்தி வைச்சிகினுயிருந்தா பாடிகே பேசாதே என்காடிகுள்ளே ஏறிகினா, திருமல்கேடிக்கு ஓட்ட சொன்னாள், நம்போ 8 அணா கொடுத்தா ஓட்ரோம் சொன்னேன், அப்போ நாலணாதான் கொடுப்பேன் ஓட்டு இண்ணா, நம்பொ அதுக்கு ஒத்து கிலே அப்புறம் எறங்கைய்யா இண்ணா,மாட்டேன் சொல்லி மக்கார் பண்ரா இந்த நாட்டு பொறத்து பொம்மன்!" என்று சொன்னதின் பேரில் "இன்ஸ்பெக்டர் அவாள், கேட்டீர்களோ இல்லையோ அவன் சொன்னது? அவன் சொன்ன வாக்குமூலத்தின் பேரிலேயே அவன் பேரில் வாடகை வண்டி சட்டப்பிரகாரம் நியமித்த வாடகைக்கு திருவல்லிக்கேணிக்கு ஓட்டமாட்டேன் என்று சொன்னதற்காக அவன் மீது நான் சார்ஜ் செய்கிறேன்! எழுதிக்கொள்ளுங்கள்" என்று சாவகாசமாய்த் தெரிவிக்க, இன்ஸ்பெக்டர் உளவு அறிந்தவராய், கொல் என்று நகைத்து "டேய்! சாயப் நன்றாய் ஆகப் பட்டுக் கொண்டாய் உன் வாயினாலேயே! குறியாக, நாலணாவுக்கு ஓட்டுகிறாயா இல்லாவிட்டால் வாடகை வண்டி சட்டப்பிரகாரம் உன் பேரில் சார்ஜ் பண்ணுவதா?" என்று கேட்க சாயபுக்கு அதிக

கோபமும் துக்கமும் வர "என்னா சாமி! நம்போ இந்த பொம்மன் பேர்லெ சார்ஜ் பண்ணா, நம்பொபோலே நீங்க சார்ஜ் பண்ணரைங்க!" என்று மொழிய "மடையா! வாடகை வண்டி சட்டப்பிரகாரம் ஸ்டாண்டில் நின்று கொண்டிருந்தால் யார் வந்து ஏறிக்கொண்டு எங்கே போகச்சொன்னாலும் உங்களுக்கு அச்சிட்டுக் கொடுத்திருக்கும் உத்தரவின்படி வாடகைக்கு நீ ஓட்டித்தான் தீரவேண்டும்! மாட்டேன் என்று சொல்லக் கூடாது, அதிகமாகவும் கேட்கக்கூடாது! ஆகவே ஐயரை திருவல்லிக்கேணிக்குக் கொண்டு போய் விட்டு நாலணா வாங்கிக்கொள்' என்று புத்தி சொல்லியனுப்ப, சாயபு அவன் தாடியை விட நீண்ட கோபமுடையவனாய், வழியெல்லாம் முணு முணு என்று முணுப்பிக்கொண்டே நமது தீட்சிதரை திரு வல்லிக்கேணி கொண்டுபோய்ச் சேர்த்து 4 அணா பெற்றுக்கொண்டு போனான்.

இருபத்தி ஏழாவது கதை

சென்னையில் நமது தீட்சிதருக்கு நாகேஸ்வர முதலியார் என்று ஒரு சிநேகிதர் இருந்தார். அவருக்கு அநேக வருஷங்கள் பிள்ளையில்லாமல் பிறகு ஒரு பிள்ளை பிறந்தது தெய்வகடாட்சத்தினால். உடனே இப்படி அருமையாகப் பெற்ற பிள்ளை மிகவும் காயலாய்க் கிடந்து, பிறகு உயிர் தப்பியது. ஒரு நாள் நமது தீட்சிதர் சென்னைக்கு வந்தபோது சாயங்காலம் கிளப்பில் நாகேஸ்வர முதலியாரைச் சந்தித்து யோகக்ஷேமங்களை விசாரித்தபொழுது முதலியார் தனக்கு ஒரு பிள்ளை பிறந்ததையும் அது மிகவும் அசௌக்கியமாக இருந்து பிறகு உயிர் தப்பினதையும் கூறினார். அதன் பேரில் நமது தீட்சிதர் "சந்தோஷம்! குழந்தைதான் பிழைத்து விட்டதென்கிறீர்களே, உமது முகத்தில் வாட்ட மிருப்பானேன்?" என்று கேட்டார் முதலியார் ஒன்று மில்லையென்று சொல்லியும், தீட்சிதர் " வழக்கம்போல் உமது முகம் குதூகலமாயில்லை, அதற்கு ஏதாவது காரண மிருக்கவேண்டும்" என்று வற்புறுத்தி, கடைசியில் முதலியார் அவருக்கு அடியில் வருமாறு பதில் உரைத்தார்.

"நீங்கள் சொல்வது உண்மைதான், ஒரு சிறிய சமாசாரம் எனக்கு மிகவும் மனவருத்த முண்டு பண்ணுகிறது. என்னுடைய மாமியார் பெரிய பாளயத்தில் வாழ்ந்து வருகிறார்கள் தெரியுமல்லவா உங்களுக்கு? அந்த அம்மாள் என் கைக்குழந்தை நோயாயிருந்தபொழுது அது அந்த கண்டம் தப்பினால் நானும் என் மனைவியுமாக பெரிய பாளையத்தம்மன் கோயிலில் ஆடிமாசத்தில் ஒரு ஞாயிற்றுக்கிழமை வேப்பிலை வஸ்திரமும் புடவையும் தரித்து பிரதட்சிணம் செய்வதாக பிரார்த்தனை செய்து கொண்டார்களாம், இப்பொழுது ஆடி மாசம் வந்து விட்டது. இந்த நான்காம் ஞாயிற்றுக்கிழமை எப்படியாவது அந்தப் பிரார்த்தனையைச் செலுத்த வேண்டுமென்று

நிர்ப்பந்திக்கிறார்கள். தெய்வம் என்பது எல்லாம் ஒன்றுதான் ஒப்புக்கொள்ளுகிறேன். ஆயினும் வேப்பிலையைக் கட்டிக்கொண்டு நானும் என் மனைவியும் அக்கோயிலை வலம் வருவதென்றால் என் மனம் ஒப்பவில்லை; என் மாமியாரோ தான் செய்த பிரார்த்தனையை எப்படியும் நிறைவேற்றவேண்டுமென்று நிர்ப்பந்திக்கிறார்கள்.

இந்த தர்ம சங்கடத்திற்கு என்ன செய்வது என்று என்மனம் ஒருவாறாயிருக்கிறது, என்று சொல்லி எப்படியாவது இந்த தர்மசங்கடத்தினின்றும் தப்ப ஒரு மார்க்கம் நீங்கள் தான் சொல்லவேண்டுமென்று நம் தீட்சிதரைக் கேட்க, சரி, பாப்படாதீர்கள் நாளைகாலை உங்கள் வீட்டிற்கு வருகிறேன் என்று சொல்லி அவரை அனுப்பிவிட்டார்.

மறுநாட்காலை நமது தீட்சிதர் முதலியாருக்குக் குழந்தை பிறந்து காயலாயிருந்து தப்பிய சந்தோஷ சமாசாரத்தை விசாரிக்க வருபவர் போல் ஒரு வெள்ளித்தட்டில் தேங்காய் பழம் புஷ்பம் வெற்றிலைபாக்கு மிட்டாய் குழந்தை கழுத்தில் போட ஒரு சவரன், எல்லாம் வைத்து எடுத்துக்கொண்டு முதலியார் வீடு வந்து சேர்ந்தார் . முதலியாரும் அவருடைய குடும்பத்தாரும் நமது தீட்சிதருக்கு அநேக வருஷமாய் அறிமுகமானபடியால் முதலியாருடைய மாமியார் உட்பட எல்லோரும் அவரை நல்வர வழைத்தனர். கொஞ்ச நேரம் பேசிக்கொண்டிருந்த பிறகு முதலியாருடைய மாமியார் தீட்சிதர் அவர்கள் கும்பகோணத்திலிருந்து இவ்வளவு சிரமப்பட்டு சென்னைக்கு வந்து தன் சிநேகிதன் குழந்தையின் யோகட் சேமத்தை விசாரித்ததற்காக அவருக்கு வந்தனமளிக்க, தீட்சிதர் "ஆமாம். அம்மா, அதெல்லாம் சரிதான், உங்களுக்கெல்லாம் கொஞ்சம் இவ் விஷயத்தில் கஷ்டம் கொடுக்க வேண்டியவனாயிருக்கிறேன்.

முதலியார் அவர்கள், பிறந்த குழந்தை மிகவும் தேக அசௌக்கியமா யிருக்கிறது, பிழைப்பது கஷ்டம் என்று எனக்கு தெரிவித்த பொழுது நான் ஒரு பிரார்த்தனை செய்து கொண்டேன், தெய்வ கடாட்சத்தினால் அக்குழந்தை தப்பிப்

பிழைக்குமாயின் ஏன் குல தெய்வமாகிய திருப்பதி வெங்கடேசப் பெருமாளுக்கு இவர் வீட்டிலிருப்பவர்களுடைய கூந்தல்களையும் முடிகளையும் பிரார்த்தனையாகச் செலுத்துவதாக; வருகிற புரட்டாசி மாசம் எப்படியாவது நீங்களெல்லாம் அந்தப் பிரார்த்தனையை நிறைவேற்ற வேண்டும் "என்றார்.

இதைக்கேட்டவுடன் முதலியாருடைய மாமியாருக்கு மிகவும் கோபம் வந்து விட்டது "என்ன ஸ்வாமி! இப்படியும் நீங்கள் பிரார்த்தனை செய்து கொள்ளலாமா? நானும் என் மகளும் எங்கள் நீண்ட கூந்தல்களைப் பிரார்த்தனையாகக் கொடுப்பதாவது? அது ஒரு காலும் முடியாது" என்று சொன்னாள். அந்த அம்மாளுக்கும் அவர்களுடைய பெண்ணாகிய முதலியார் மனைவிக்கும் கூந்தல் மிகவும் அழகாயும் முழங்கால் வரைக்கும் நீண்டதாயும் இருக்கும்; ஆகவே அதைப் பறிகொடுப்பதென்றால் அந்த அம்மாளுக்கு மனம் வரவில்லை; அதன் பேரில் நமது தீட்சிதர் "ஐயோ! நான் பிரார்த்தனை செய்து விட்டேனே! என்ன செய்வது?" என்று துக்கிப்பவர் போல் பாசாங்கு செய்தார்.

அதன் பேரில் மாமியார் அம்மாள் "அப்படி பிரார்த்தனை செலுத்தவேண்டுமென்றிருந்தால் நீங்கள் உங்கள் தலையை மொட்டையடித்துக் கொள்ளுங்கள்" என்று சொல்ல, இதுதான் சமயம் என்று பார்த்துக்கொண்டிருந்த தீட்சிதர் "ஆமாம் அம்மா, நீங்கள் சொல்வதும் நியாயம் தானே, அப்படியே இந்த பிரார்த்தனைக்குப் பதிலாக என் முடியை நான் திருப்பதி வெங்கடேசப் பெருமாளுக்கு செலுத்துகிறேன்; அதே மாதிரியாக நீங்கள் ஏதோ பிரார்த்தனை செய்து கொண்டீர்களாமே பெரியபாளை யத்தம்மன் கோயிலை சுற்றி முதலியாரும் அவாது மனைவியும் வேப்பிலை தரித்துக் கொண்டு சுற்றிவருவதாக, அவர்களுக்கு பதிலாக நீங்கள் வேப்பிலை சேலையைக்கட்டிக்கொண்டு இந்த ஞாயிற்றுக் கிழமை மூன்றுதரம் சுற்றிவந்து விடுங்கள்" என்றார்.

இதைக்கேட்ட வுடன் மாமியார் அம்மாளுக்கு அடங்காச் சிரிப்புவர "ஏனையா தீட்சிதரே! எனக்காக இந்த கதை யெடுத்தீர்களோ!" என்று சிரித்துக்கொண்டே கேட்டார்கள். நமது தீட்சிதரும் நகைத்துவிட்டு "இல்லை. அம்மா,நீங்கள் யோசித்துப்பாருங்கள் ஒரு விஷயம், நாம் ஏதாவது ஒரு பிரார்த்தனை செய்து கொண்டால் அதை நாம் செலுத்துவதா அல்லது மற்றவர்களைச் செலுத்தச் சொல்வதா?

நாம் பிரார்த்தனை செய்து கொண்டால் அந்தப் பிரார்த்தனையை நாமே செலுத்தவேண்டும் அல்லவா?" என்று சொல்ல, அந்த அம்மாள் "அதெல்லாம் என்னால் முடியாது, நான் வேப்பிலையைக் கட்டிக்கொண்டு பெரியபாளையம் கோயிலைச் சுற்றிவரமாட்டேன் என்று உறுதியாய் மறுத்தார்கள்."

ஆனால் நான் சொல்லுகிறபடி கேளுங்கள் அதற்குப் பிராயச்சித்தமாக ஐந்து ரூபாய் கொடுங்கள், பெரியபாளையத்து அம்மாளைவிட பெரிய தெய்வமாகிய திருப்பதி வெங்கடேசப் பெருமாளுக்கு அதைக் கொண்டுபோய்ச் செலுத்தி விடுகிறேன். நானும் என் பிரார்த்தனைக்குப் பிராயச்சித்தமாக ஐந்து ரூபாய் செலுத்தவேண்டியிருக்கிறது. ஆகமொத்தம் "வெங்கடேசப் பெருமாளுக்கு 10 ரூபாய் லாபம்" என்று சொல்லி மாமியார் அம்மாளிடமிருந்து ஐந்து ரூபாயைக் கட்டாயப்படுத்தி வாங்கிக் கொண்டு போய் அடுத்த புரட்டாசிமாசம் ஒரு சனிக்கிழமை பத்து ரூபாயைக் திருப்பதி உண்டியில் செலுத்தி விட்டார். அன்று முதல் மாமியார் அம்மாள் ஒரு தெய்வத்திற்கும் ஒரு பிரார்த்தனையும் செய்வதேயில்லை.

இருபத்தி எட்டாவது கதை

நம்முடைய தீட்சிதருக்கு நாச்சியார் கோயிலில் வெங்கட ரமணராயர் என்று ஒரு சிநேகிதர் உண்டு. ஒரு முறை அந்த ராயர் வீட்டிற்கு ஏதோ பிரயோஜனத்திற்காகப் போயிருந்தார். அச்சமயம் ராயர் அவர்கள் ஒரு ஏழை பிராம்மணனுடன் வாதாடிக் கொண்டிருந்தார். இந்த ராயர் பெரும் லோபி, எதாகும் பணம் செலவழிப்பதென்றால் அவருக்கு தன் உடலினின்றும் இரத்தத் கைக்கொடுப்பது போல் அவ்வளவு கஷ்டம்.

அவருக்குப் பிள்ளை யில்லை; கலியாணமாகிப் பத்து பன்னிரண்டு வருஷமாயும் குழந்தை பிறக்கவில்லை; அதன் பேரில் யாரோ சிநேகிதர்கள் அவருக்கு தில்லை ஆலயத்தைப் பிரதட்சிணம் (அரசமரத்தைப் பிரதட்சிணம் செய்தல்) செய்தால் பிள்ளை பிறக்குமென்று சொல்லார்களாம் - அதுவும் 108 தரம் பிரதட்சிணம் (சுற்றிவருதல்)செய்ய வேண்டுமென்று சொன்னார்களாம். நமது ராயரோ பெருத்த தேக முடையவர்; அவரது தொப்பையைத் தூக்கிக் கொண்டு பத்தடி வைப்பதென்றாலும் அவருக்கு பகீரதப் பிரயத்னமாகும்; அப்படிப் பட்டவர் ஒரு பெரிய ஆல மரத்தடியை 108 முறை பிரதட்சிணம் வருவதென்றால் இலேசான விஷயமா? அதற்காக அந்த ஏழை பிராம்மணனை வரவழைத்து தனக்காக அவனை ஆலமரத்தை 108 முறை பிரதட்சிணம் செய்வதற்காக ரூபாய் பேசிக்கொண்டிருந் தார். இந்த சமயம்தான் நமது தீட்சிதர் அங்கு போய்ச்சேர்ந்தார். ராயர் அவர்கள் அரைமணி சாவகாசம் பேரம் செய்தார்.

பிராம்மணன் பத்து ரூபாயிலிருந்து கடைசியாக ஒரு ரூபாயில் வந்து நின்றான், ராயர் ஒரு அணாவில் ஆரம்பித்து கால் ரூபாயில் வந்து கடைசியாகச் சேர்ந்தார்! பேரம் முடிவதாகக் காணோம்! நமது தீட்சிதர் எத்தனை நேரம் இவ்வாக்கு வாதத்தைக் கேட்டுக்கொண்டிருப்ப தென்று, மெல்ல தனக்கு

அறிமுகமான அந்த ஏழை பிராம்மணனுக்கு அதை ஒப்புக்கொள்ளும் படியாகக் கண் ஜாடை செய்தார். அதன் பேரில் அந்த பிராம்மணனும் ஒப்புக்கொண்டான். அதன் பேரில் நமது தீட்சிதர் ராயரைப் பார்த்து "ராயர் அவாள், நீர் போய் ஸ்நானம் பண்ணிவிட்டு வாருங்கள், நீங்கள் 108 பிரதட்சிணம் செய்யாவிட்டாலும் பக்கத்திலிருந்து ஐயர் பிரதட்சிணம் செய்வதைப்பார்த்தால் நற்பலனுண்டு" என்று சொல்லி அவரை ஸ்நானத்திற்காக வீட்டின் இரண்டாங்கட்டிற்கு அனுப்பினார்.

ராயர் தலை மறைந்ததும் எழை பிராம்மணன் "என்ன ஐயா ! தீட்சிதரே! நாலணாவக்காக 108 பிரதட்சிணம் செய்ய ஒப்புக்கொள்ளும் படிச் செய்தீரே! என்று வருத்தத்துடன் கேட்க, தீட்சிதர் " 'அடே' பயித்தியமே! உமக்கு சிரமம் கொடுப்பேனா, நான் ஒரு யுக்தி சொல்லித் தருகிறேன் அதன்படி செய்யும்! என்று அவன் காதில் ஏதோ ரகசியமாகச் சொன்னார். அந்த பிராம்மணனும் சந்தோஷமாகத் தலை யசைத்து விட்டு ராயர் வீட்டிற்கு சமீபத்திலிருந்த ஒரு பெரிய மரத்தருகிற் போய் இரண்டு மூன்று இலைகளையுடையஒரு சிறு காம்பைக் கிள்ளிக்கொண்டு வந்தான்.

இதற்குள்ளாக நமது ராயரும் ஸ்நானம் செய்துவிட்டு உள்ளே இருந்து கூடத்திற்கு வந்து, புறப்படலாமா? என்று பிராம்மணனை விளவினார்; அதற்கு பிராம்மணன் (தீட்சிதர் கற்பித்தபடி) "ராயரே, அந் தப் பிரதட்சிணம் இங்கேயே செய்து விடுகிறேன், உங்களுக்கு அரசமரத்தடி வரையில் நடந்து வரவேண்டிய கஷ்டம் வேண்டாம்!' என்று சொல்லி மடியில் மறைத்து வ த்திருந்த இரண்டு மூன்று இலைகளடங்கிய அரசங் காம்பை டது கையில் பிடித்துக் கொண்டு வலது கையில் ராயர் கொடுத்த கால் ரூபாயை இரண்டு விரல்களால் பிடித்துக்கொண்டு, ஒன்று இரண்டு மூன்று என்று எண்ணி 108 முறை சுற்றினான். இதைக்கண்டு ராயர் முதலில் சிரித்தபோதிலும், பிறகு தான் இவ்வாறு ஏமாற்றப்பட்டதற்காகக் கோபங் கொள்ள, நமது தீட்சிதர் "ராயர் அவாள், தட்சிணைக்குத் தக்க பிரதட்சிணம்!

இதற்கெல்லாம் கோபங்கொள்ளாதீர்!" என்று சாந்தப்படுத்தினார். பிறகு ராயர் வெட்கப்பட்டவராய் அந்த பிராம்மணனிடம் அவன் கேட்டபடி ஒரு ரூபாயைக் கொடுத்து அச்செடியை 108 முறை சரியாகப் பிரதட்சிணம் செய்யும்படிச் செய்தார்.

முற்றிற்று.

★★★

9 788199 811737